ఒక్కసారి - మోహిని కథ

(ఈ కథ నిజంగా జరిగిన కథ. 60 సంవత్సరాల క్రిందట జరిగిన కథ)

DEDICATION:

I am dedicating this book to Late Shri M.S Rao and Late Mrs.MK

Durgamba, my father and Mother, as a token of remembrance and gratitude in bringing me up to this stage as an Author, Writer, Poet, Song and Story Writer. I Pray the Almighty to give Peace to their Souls. May their Souls be Rest in Peace wherever they are? If my Parent's Souls took reincarnation on Earth Planet again, May God Bless them.

•••••••••••

ACKNOWLEDGMENTS

I hereby acknowledge Mrs. M. Shobha Devi, my wife, my Daughter-in-Law Mrs. M. Vasavi Ramaya, my Brother-in-Law and Sister Mr. Nanduri Sairam and Mrs. Seetha Mahalakshmi, my Daughter Mrs. Narasimhan Anuradha, for providing me substantial support, motivation and encouragement in my approach towards preparing my books for publication level.

I owe them my sincere gratitude in extending all-out support to me whenever I was having doubts in my work-outs and their timely clarifications which lead to solvation of various aspects in my subject.

I thank and acknowledge all my inner circle friends and relatives too for their guidance and encouragement in my work which lead me to this publishing of my Books stage.

I owe sincere apologies to all my brothers and sisters if they were hurt any time during my approach with them on the subject related matter. I am also grateful to 1 those who directly or indirectly helped and supported me in all my books publishing projects.

I acknowledge my Book Publisher too in this aspect in spite of many a hurdle during the process of books publication program.

Without the support, help and encouragement from all the above people, I can say my projects never have been published. I thank and acknowledge once again all the people for their sincere efforts made and supported me in all my Books publishing projects. Thank you one and all.

....

PRAYER
(LANGUAGE VERSION: ENGLISH)

SUBHAKARAM JAYAKARAM
ADHIPATHIM ADBHUTHAM
ATHIMUDAM PRIYAKARAM
GANAPATHIM SRIKARAM //

PRADHAMA PUJYAPRADAM
ATHULA SHAKTIPRADAM
ABHAYA VARAPRADAM

PARAMA PUNYAPRADAM
GAANA LOLAPRIYAM
GOURIPUTRAM BHAJE //

గణేష్ ప్రేయర్

శుభకరం, జయకరం
అధిపతిమ్, అద్భుతం
అతిముదం, ప్రియకరం
గణపతిం శ్రీకరం//

ప్రధమ పూజ్యప్రదం
అతుల శక్తి ప్రధం
అభయ వర ప్రధం
పరమ పుణ్య ప్రధం
గాన లోలప్రియం
గౌరీ పుత్రమ్ భజే

ఓం శివా! మహాదేవా తో నమః
కైలాసవాసాయ మహేశ్వరాయ
పార్వతీ వల్లభాయా
గాంగఝటాధరాయా
కాశీవిశ్వేశ్వరాయా నమఃశివాయ.

త్రినేత్ర రూపాయ త్రిశూలధరాయ
భుజంగ భూషాయ కపాలధరాయ

శ్రీనీల కంఠాయ దిగంబరాయా
శ్రీ మంజునాథాయ గంగాధరాయా!ఓం
శివా!
సర్వలోక రక్షకాయ సర్వ దోష భక్ష
కాయ
పాప నివారణాయా రుద్ర తాండవాయా
కాళహస్తీశ్వరా యా కపాలీశ్వరాయా
శ్రీశైలం నివాసాయా నమో నమః
శివాయా
గౌరీ పతయే గణపతి పితయే
మంగళ పతయే కుమార పితయే
చర్మాంబరధారి భస్మాంబరధారి
రుద్రాక్షధారీ నమో నమః నమో నమః
నమో నమః

===========

ABOUT THE AUTHOR:

Mantri Pragada Markandeyulu, Bachelor of Commerce (B Com), Diploma in Business Management (DBM), Post Graduate Diploma in Computer Applications (PGDCA), Diploma in Computer and Commercial Practice (DCCP) is the Author and Writer.

He has written English Lyrics for making fully composed tunes to Songs, around 155 songs (lyrics) + 330 Quotes in English (each Quote is in 8-10 lines). Also, he has written 400 Micro Poetry. He too has written Hindi Song Lyrics 35 and Telugu Song Lyrics 45 and all are useful and utility for Movies/TV serial purpose and also for making Song and Music

Album. 25 Stories in English. 200 Sayings.

He is a retired Officer from PSU and a permanent resident of Hyderabad-500062 Dist: Rachakonda, (TS) India.

His special ebooks are, (1) ENTANGLEMENTS (consists of 20 short stories in English) (2) MARK'S QUOTES (325 quotes) (3) THE DEAD, DOCTOR AND THE GHOST (For Movie/TV serial purpose) (4) NGO (Systems and Procedures), (5) My Flower to your Heart {Lady Police}, Derailed Mission, My Darling, Wings of Love, Fraudulent Husband, Shattered Affection, What I can do in my life, etc. And other short stories, What I can do in my life, etc. And other short stories, all useful for making movies. All useful for making movies. Two Telugu Stories (1) Top Cop Rani, IPS (Telugu) (2) Jeevam Story (Telugu) are ready for publishing. English Stories Lady Police and the Dead, Doctor and The Ghost, are useful for Movie making purpose.

He is an Honorary Doctorate in Literature from ITMUT Brazil.

He is an Awardee by the ROYAL SUCCESS INTERNATIONAL BOOK OF RECORDS AWARD during February 2020.

He received many Poetic certificates frim Global Poetic groups.

He is a Peace Ambassador And TWPF/BTYA, Bangladesh. He is the Founder of POETIC CHARMINAR GROUP (Literary, Arts, Cultural, Poetic and Research Academy)

My work is in 15 International Websites.

➢ The State of Birland (Birland Government–Bir Tawil)
   Representative at Hyderabad- India
• 2021 GOLDEN EAGLE WORLD AWARD WINNER FOR LITERARY EXCELLENCE, HISPAN WORLD WRITERS' UNION (UHE), Peru
• Gujarat Sahitya Academy and Motivational Strips LITERARY EXCELLENCE Honour on the

occasion of 75th India's Independence Day

- *Honoured with "A Royal Commemorative Peace and Humanity Award" by the "Royal Kutai Mulawarman Peace International Institute, Philippines"*
- *Royal Success International Book of Records 2019 Honour, Hyderabad-India*
- *Institute of Scholars (InSc) Research Excellence Award-2020, Bangalore (India)*
- *Gujarat Sahitya Academy and Motivational Strips 2020 Honour, Gujarat-India*
- *Hon. Doctorate in Literature from ITMUT, Brazil. (2019)*
- *Literary Brigadier Honour (2018) from Story Mirror, Mumbai, India*
- *Spotlight Superstar Honour (2018) from Story Mirror, Mumbai, India*
- *Golden Ambassador General for Development and Peace at World Peoples Forum @ TWPF/BTYA, Bangladesh*

- *State of Birland at Bir Tawil Recognized Poet*
- *RKMPII Nobility Award 2021*
- *RKMPII HEART OF GOLD NOBLES Honour Certificate 2021*
- *ISFFDGUN Internationally Accredited Certificate 2021.*
- *Dr. Sarvepalli Radhakrishnan Ratan Award 2021 – WHRC Honour*
- *Mahatma Gandhi Humanity Award 2021 – WHRC Honour.*
- *30+ Global Poetic Certificates (2018, 2019, 2020)*

MANTRI PRAGADA
MARKANDEYULU
POET, NOVELIST, STORY WRITER
37, ANUPURAM, ECIL POST,
HYDERABAD-500062
TELANGANA STATE – INDIA
+91-9951038802 / +91-8186945103

EMAIL:
mrkndyl@gmail.com
Mantri73@yahoo.com

Twitter: @mrkndyl68

ఒక్కసారి - మోహిని కథ

ఒక్కసారి - మోహిని
సినిమా కథ కలదు
Dialogues-80 Pages
పిశాచి
FOR HORROR FULL FEATURE FILM
PRODUCERS TO PLEASE CONTACT
FOR
STORY UTILIZATION..
+91-9951038802
eMail: mrkndyl@gmail.com

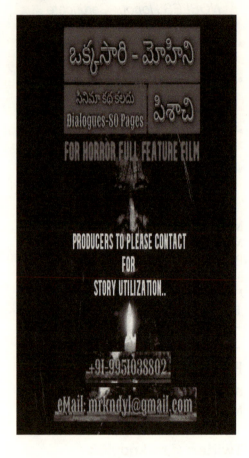

ఒక్కసారి - మోహిని కథ

ఇద్దరు మిత్రులు బాతాఖానీ చేస్తుంటారు.

వీళ్లిద్దరికీ టైం పాస్ కావాలి.

వేరే పనిలేదు.

ఫ్రీ టైం.

వీళ్లిద్దరికీ వేరే వాళ్ళ విషయాలు కావాలి.

అన్నీ పనికిమాలిన విషయాలే.

ఏదో పిచ్చాపాటీ బాతాఖానీ.

వీళ్ళ బుర్రలుంతే. అన్ని రకాల విషయాలు వీళ్ళకే కావాలి.

యిలా మాట్లాడుకోవడం వీళ్ళకి సరదా.

అడిగేవాళ్ళు లేరు.

చెప్పే వాళ్ళు లేరు.

ఒక వేళా ఎవరైనా అడిగితె, మాకు యిదే పని.

వేరే పని లేదు.

మమ్మల్ని పట్టించ్చుకోకండి.

మమ్మల్ని యిలా వదిలేయండి.

మా మామానపాటు మేముంటాం.

మా చావు మేము చస్తాం.

మా జోలికి రావద్దు.

మా కన్నా పనికిమాలిన వాళ్ళు చాలామంది వున్నారు.

ఈ రోజులు ఇట్లాగే వున్నాయి.

మేముకూడా ఇట్లాగే వున్నాము.

రాజును బట్టి ప్రజలు.

ఊరిని బట్టి జనం.

వీళ్లిద్దరికీ ముచ్చట్లు, మంతనాలు, తప్ప వేరే పనిలేదు.

సుబ్బరంగా తిండి తినడం, ఊరుమీద పడడం తప్ప.

అందరి విషయాలు వీళ్ళకి కావాలి.

చర్చించు కుంటారు.

కామెంట్ చేస్తారు.

వీళ్ళని అడిగే నాధుడు లేదు.

ఎవరైనా అడిగితె, మా జోలికి రావద్దు అంటారు.

ఈ కుర్రాళ్లంతే.

వీళ్ళ బుర్రలింతే.

కలికాలం.

ఏం చేస్తాం మరి.

వీళ్ళదోక ఆనందం.

ఒక రకంగా ఆలోచిస్తే వీళ్ళ ఆలోచనలు ఒక విధంగా ఉంటుంది.

కాబట్టి, ఈ కథను కొంచం లైట్ గా తీసుకోండి.

జస్ట్ ఎంజాయ్ కంటెంట్.

టేక్ ఇట్ ఈజీ.

ఈ కథ నిజంగా జరిగిన కథ.

60 సంవత్సరాల క్రిందట జరిగిన కథ.

కానీ మోహిని పిశాచి కథ చాలా భయంగాను, థ్రిల్లింగ్ గాను ఉంటుంది.

అసలు కథ యిక్కడనుండే ప్రారంభం అవుతుంది.

ఈ కథ ఏడు చాప్టర్లు.

భయపడే వాళ్ళు ఈ కథ చదవొద్దు.

ఫ్రెండ్ 1:

అరె, ఎప్పుడు చూసినా వాడు వేరేవాళ్ళ పెళ్ళాం తో

తిరుగుతూ ఉంటాడు.

ఎక్కడికి వెళ్లినా వాడు వాడి దోస్త్ పెళ్ళాం ను కార్లో తీసుకొని వెళ్తుంటాడు.

రంకు నేర్చినమ్మ బొంకు నేర్వక పోతే కుక్క నక్కల పాలు

నాకు అర్ధం కావడం లేదు.

ఫ్రెండ్ 2:

నేను అనుకుంటున్నాను, వాడి పెళ్ళాం ని దత్తత తీసుకున్నాడేమో.

లేదా, లీజ్ కి కానీ కాంట్రాక్టు కి కానీ తీసుకున్నాడేమో అనిపిస్తుంది.

రొట్టెలవాడి పనికన్నా
ముక్కలవాడి పని మేలు

ఫ్రెండ్ 1:

అంటే వాడు చెత్తగాడా లేదా
పనికిరానివాడా అని
అనుకోవాలిరా.

తన్నితే బూరెలు గంపలో పడ్డట్టు

ఫ్రెండ్:

నేను అనుకుంటా, వాడు నానా
జాతి రకమేమోరా

ఫ్రెండ్ 1:

అంటే ఏంటిరా?

ఫ్రెండ్ 2:

ఫర్ example, చూడు, అమెరికాలో
నానాజాతుల వారున్నారు.

అన్నిజాతుల వాళ్ళు అన్ని స్టేట్
ల లో వున్నారు.

అందుకే యునైటెడ్ స్టేట్స్ అఫ్ అమెరికా అన్నారు. యిప్పుడు అర్ధం అయిందా?

ఫ్రెండ్:

ఓ యిప్పుడు అర్ధం అయింది.

మోసేవాడికి తెలుసు కావడి బరువు

ఫ్రెండ్ 2:

నీ మైండ్ కొంచం బూట్ మైండ్ అనుకుంటా.

ఫ్రెండ్ 1:

బూట్ మైండ్ అంటే?

ఫ్రెండ్ 2:

కంప్యూటర్ సిస్టం ని బూటింగ్ చేస్తారు కదా.

కొంచం టైం పడుతుంది.

అట్లాగే నీకు అర్ధం కావాలంటే,
కొంచం టైం పడుతుంది.

ఫ్రెండ్ 1:

వీడి పెళ్ళాం ని వీడు చూసు
కోడారా

ఫ్రెండ్ 2:

ఎందుకు చూసుకోడు?

అది అంతేరా.

దేనికదే, దానికదే.

టేస్ట్ రా టేస్ట్.

కొన్ని రకాలు అంతే.

ఇంటిదొంగను ఈశ్వరుడైనా
పట్టలేడు

ఫ్రెండ్ 1:

మరి దాని మొగుడు ఏమి
అన్నాడా?

ఫ్రెండ్ 2:

కొంతమంది మొగుడ్లు అంతే.

పట్టించుకోరు.

అసలు ప్రపంచంలో రకరకాల మొగుడ్లు వుంటారు.

రకరకాల పెళ్ళాలువుంటారు.

అంత పెద్ద పుస్తకం చంకలో ఉంటే పంచాంగం చెప్పలేవా అన్నట్లు

ఫ్రెండ్1:

ఓహో, ఇప్పుడర్థమైంది.

డబ్బుంటే అన్నీ చెల్లుతాయని.

చాలా నాటకాలాడొచ్చు.

బండికూడా నడుస్తుంది.

ఫ్రెండ్ 2:

వాళ సంగతులొదిలేయరా.

యిలాంటివాళ్ళు కొన్ని లక్షల్లో వుంటారు.

నడిచేబండ్లను నడవనీ.

ఎవరు ఏమి చేయలేరు వాళ్ళని.

కొంతమందికి అదృష్టం.

కొంతమందికి దురదృష్టం.

అంతా ఆడపిల్లలే ఉంటే అన్నీ అబద్ధాలే చెప్పాలట

అంకుల్:

నేను వింటూనే వున్నా.

నేను చూస్తూనే వున్నా.

నేను అన్నీ గమనిస్తూ ఉన్నా మీ చేష్టలన్నీ.

మీకు వేరే పనిలేదా.

ఏంటి మీ ఖత.

మీరేం మాట్లాడుతున్నారు.

మీ పనులు మీరు చేసుకోవడం రాదు కానీ వేరేవాళ్ళ విషయాలు కావాలి.

<u>బాయ్స్:</u>

వాట్ అంకుల్.

Why do you listen to our words?

మేమేదో అదీ, యిదే వాగుతుంటాము.

మాకు కొన్ని సారులు ఇలాంటివే నచ్చుతాయి.

వాళ్ళేం చేస్తున్నారు, వీళ్ళేం చేస్తున్నారు, ఇవే సోషల్ మీడియకి హై లైట్స్.

అందరికి ఇలాంటి విషయాలే కావాలి. ఇవే నచ్చుతాయి.

ఇప్పుడున్న కాలంలో వేరే వాళ్ళ విషయాలే ఎక్కువ నచ్చుతాయి.

<u>అంకుల్:</u>

మీ యిష్టం నాయనా.

నాకెందుకులే మీ కుర్రాళ్ళ భాగోతం.

ఏమన్నా ఏడవండి.

అసలు ఇప్పుడున్న కుర్రాళ్ళు, పెద్దోళ్ల మాటలు వినరు.

యింకా మాట్లాడితే, ఎదురు తిరిగి మాట్లాడుతారు.

రోజులు మారాయి.

పాత రోజులు పోయాయి.

<u>బాయ్స్:</u>

మీ సంగతి చూసుకోక ఎందుకు అంకుల్ వేలు పెట్టి కెలుకుతారు.

ఏదో గుడికి వెళ్లి రామా, కృష్ణా, అని జపం చేసుకోక.

మేమింతే.

దయచేయండి అంకుల్ గారూ.

మీకో నమస్కారం.

మా మాటలు వినాలంటే, రండి, వినండి, ఆనందించండి, పోండి.

అంతేగానీ, నీతులు, బోధలు, సలహాలు ఇవ్వకండి.

మీ జమానా కాదిది.

మా కుర్రోళ్ళ జమానా.

అంతా అన్నీ తెలిసిన వాడులేడు
ఏమీ తెలియనివాడులేడు

అంకుల్:
రోడ్డుమీదవి అడ్డమైనవి తింటే
బెదులవుతాయి.
తెలుసా.

బాయ్ 1:
బీడీలా

బాయ్ 2:

కాదురా బేడీలంటున్నాడురా.

<u>అంకుల్:</u>
బీడీలు కాదు, బేడీలుకాదు,
బెదులు బెదులు.

<u>బాయ్ 1:</u>
అంటే ఏంటి సార్

<u>అంకుల్:</u>
బెదులంటే మోషన్స్, అంటే పుర్ పుర్ అర్థమయిందా

<u>బాయ్ 2:</u>
ఓహో అర్థమయింది.

<u>బాయ్ 1:</u>
సరే సార్. అలా అయితే మెం చూసుకుంటాములే.
మా కుర్రోళ్లకు ఏమవుతాయ్.
ఏమీ కావు.
మీకు కాకుండా చూసుకోండి.
మీరు aged కదా.
తొందరగా బెదులవుతాయి అడ్డమైనవి తింటే, త్రాగితే, బెదులు కాక మరేమవుతాయి.

అంకుల్:
నా ఖర్మ.
మీకు ఏది చెప్పినా వేస్ట్.
నాకు టైం వేస్ట్.
నా ఎనర్జీ వేస్ట్.

అంకుల్:

మీకో దండం.

అసలు యివన్నీ నాకుందుకులే.

మీ దారి మీది.

నా దారి నాది.

బాయ్ 1:
గొణగద్దు సార్. మీ కాళ్ళలోంచి
దూరెళుతం, మాకేమన్నా
బెదులవుతే.

బాయ్ 2:
ఎందిరాబై ఈ ముసలాయన యిట్లా
భయపెడుతాడు.

అంకుల్:

మీ సంగతి మీరు చూసుకోండి. నా సంగతి నేను చూసుకుంటా.

(వీళ్ళు మాట్లాడేటప్పుడు ఒక కారు రోడ్డు మధ్యలో ఆగిపోతుంది.

డ్రైవర్ ఒకడే ఉంటాడు.
వీళ్ళిద్దరిని, అంకుల్ ని కొంచం కారుని తోయమని డ్రైవర్ అడుగుతాడు.

సరే అని ఆ నలుగురు తోస్తుంటారు.
అంకుల్ కూడా తోయడానికి ప్రయత్నిస్తుంటాడు.)

<u>బాయ్ 1:</u>
తోయ్. కొంచం తోయ్. అరె నూకు జర

<u>బాయ్ 2:</u>
అవునురా యింకా తోయ్. గట్టిగా నూకు మల్ల

<u>అంకుల్:</u>

తోయండి.
గట్టిగా నూకండి.
నేనుకూడా నూకుతున్నా.

బాయ్ 1:
అరె అంకుల్ పక్కకు జరుగు.
నువ్వేం తోస్తావ్.
నీవలేమవుతుంది గట్టిగా నూకనికి.

బాయ్ 2:
చూడు మా బలం చూపిస్తాం.
ఎట్లా నూకుతామో ఈ బండిని చూడు.

డ్రైవర్:
భాయ్ సాబ్, ఒక్క పట్టుపట్టి నూకండి.
జర గట్టిగా నూకండి.
ఓ అంకుల్ సార్ నీకు నూకనికి దమ్ములేదు.
పక్కకు జరుగు.

అంకుల్:
సరే నాయనా.

మీరే నూకండి.
నాకు దమ్ము లేదు.
నేను మీరు నూకేది చూస్తుంటా.

(ఆ కారుని గట్టిగా నూకి రోడ్డు పక్కన ఉంచుతారు)

<u>డ్రైవర్:</u>
భాయ్ సాబ్ థాంక్యూ.
ఓ అంకుల్ సర్ నీకు కూడా థాంక్యూ.
బాగా నూకనికి ట్రై చేసినందుకు.
ముసలాళ్లకు ఏమవుతుంది నూకనికి.
ఇంటికెళ్లి పండుకో.

<u>అంకుల్:</u>
ఏదో కొంచం నూకుదామనుకున్నా.
కానీ, నాకు దమ్ము సరిపోలేదు.

<u>బాయ్ 1:</u>
సరే.
ఒకే.
ఓ అంకుల్ నీ నూకుడికి వందనం.

భద్రం.
ఇంటికిపోయి తిని పండుకో.
నువ్వు ఏమీ నూకాకుమాళ్ల ఏ బండినీ.

(అంతా సద్దుమణిగింది)

<u>బాయ్ 1:</u>
ఎందిరాబై.
ఈ ముసలోడి అవతారమేంటి.
వాడి ముఖమెంటి. వాడి వేషమేంటి.
అసలు ఆ పర్సనాలిటీ కి, ముఖానికి, వాస్తు ఉందా.

<u>బాయ్ 2:</u>
ఆ చెడ్డీ ఏంటి ఆ అంగీ ఏంటి.
అడుక్కు తినేవాడిలా వున్నాడు.
అసలే బక్కాపీచోడు.
షోకులెందుకు.

<u>బాయ్ 1:</u>
అరే, అనుకుంటాడు ఏదో ఫారెన్ కంట్రీ లో ఉన్నట్టు ఫీల్ అవుతాడు.

వేషగాళ్ళు. యిలాంటివాళ్ళు చాలామంది వున్నారు.
పనీ పాటా లేకుండా అడ్డంగా రోడ్లన్నీ సర్వే చేస్తుంటారు.
యిలాంటివాళ్ళని ఒక ఐసోలేషన్ లోనో ఒకక్వారంటైన్ లోనో పర్మనెంటుగా ఉంచాలి.

<u>బాయ్ 2:</u>
అవునురా.
అప్పుడే రోడ్లలన్నీ కళ కళలాడుతుంటాయి.
అసలు యిక్కడవుండేవాళ్ళ కందరికి ఒక డ్రెస్ కోడ్ పెడితే బాగుంటుంది. అందరివీ ఝణక్ ఝణక్ పాయల్ బాజీ డ్రెస్సులు, రంగులు.

<u>బాయ్ 1:</u>
వీళ్ళింతే.
అసలు మారారు.
వేరే వాళ్ళను మారానివ్వరు.

పనికి మాలిన వాళ్లంతా ఒకరు రుబాబు చూపిస్తుంటారు.
తీరా చూస్తే ఏమి పస ఉండదు.
మొత్తం డొల్లే.
ఒక షో ఫుట్అప్ తప్ప ఏమీ ఉండదు.
ఒక్క వాగుడు తప్ప.

<u>బాయ్ 2:</u>
మనం గప్ చిప్ బండి దగ్గరకెళ్ళి తిందాంరా.
బొంబాడగా ఉంటుంది.

<u>బాయ్ 1:</u>
నడువ్ మల్ల.
ఈ ముసలాడి గోల నా మూడ్ ఖరాబ్ అయింది.
బేకారలాగ ఉన్నాడే.

<u>బాయ్ 2:</u>
అవునురా.
ఈ ముసలోడి పని పాటా లేదు.
సడక్ రామ్.
Roads సర్వే చేయటం తప్ప.

(గప్ చిప్ బండి దగ్గరకి వెళ్లారు.
గప్ చిప్స్, రగడాలు, కట్ మిర్చిలు, తింటారు.
ఎవరి ఇళ్ళకి వాళ్ళు వెళ్ళిపోతారు.

బాయ్స్:

ఈ **aged** వాళ్ళు ఇంతేరా.

ప్రతీ దాంట్లో తలా దూరుస్తారు.

అన్నీ వాళ్ళకే తెలుసునని, తీరా చూస్తే ఏమీ పస ఉండదు.

జస్ట్ స్టాంపింగ్ తప్ప.

అంతా మనవాళ్లే గానీ అన్నానికి రమ్మనే వాళ్ళేలేరు

ఈ రోజు నా మూడ్ బాగాలేదురా.

రేపు కలుద్దాం

(అని వెళ్లిపోయారు)

ప్రొద్దున్న పదకొండు గంటలు

బాయ్ 1:

ఒరేయ్ నేను ఇవాళ పేపర్లో చదివా.

అల్ ఫ్రీ అని.

మొత్తం ఫ్రీ అని.

ఎలక్షన్ మేనిఫెస్టో లో పెడుతారుట.

కొన్ని సార్లు నిజంగానే అన్నీ ఫ్రీ గా ఇస్తారు, కొన్ని గోవేర్న మెంట్లు.

అందరినీ మెప్పించడం అలవిగాని పని

<u>బాయ్ 2:</u>

అసలు నాకు అర్ధం కాలేదు.

ఎందుకు ఫ్రీగా ఇవ్వాలి?

దేని గురించి ఫ్రీ గా ఇవ్వాలి?

ఎవరి పనులు వారు చేసుకొని ఎవరికి వాళ్ళే

సంపాదించుకుంటారు.

యిదేందిరా బై ఫ్రీ ఫ్రీ ఫ్రీ.

మొత్తం ఫ్రీ.

కంచుమ్రోగినట్లు   కనకంబు
మ్రోగునా?

<u>బాయ్ 1:</u>

నిజంగా   మాట్లాడాలంటే,   ఫ్రీ
ఆడవాళ్ళ కి డెలివరీ అన్నీ

హాస్పిటల్స్ లో చేయాలి.

కడుపులోలేనిది   కౌగిలించుకుంటే
వస్తుందా?

<u>బాయ్ 2:</u>

అవునురా అట్లాగే లోకల్ బస్సు
టికెట్స్ ఉండకూడదు.

లోకల్ గా ఫ్రీ గా బస్సులలో
ప్రయాణం   చేయడానికి
అనుమతించాలి.

బాయ్ 1:

అట్లాగే ఫ్రీ రేషన్ బియ్యం ఇచ్చినప్పుడు, ఫ్రీ గా కూరగాయలు కూడా ఇవ్వాలి.

కత్తిపోటు తప్పినా కలంపోటు తప్పదు

బాయ్ 2:

నిజమేరా ఫ్రీ గా పాలు కూడా ఇవ్వాలి.

నీకు తెలుసో లేదో **1955 -1957** సంవత్సరంలో ఫ్రీ గా పాలు యిచ్చి వాళ్ళు అందరికీ.

మా తాతగారు చెప్పారురా.

మా తాత ఈ పాలు ప్రతీ రోజూ ఫ్రీ గా తాగేవారుట.

అదృష్టవంతుని చెరిపేవాడు లేడు దురదుష్టవంతుని బాగుపరిచేవాడు లేడు

బాయ్ 1:

అయితే యిప్పుడు కూడా పాలు ఫ్రీ
గా యియొచ్చు కదా,
ఏమి మాయరోగం.

బాయ్ 2:

అవునురా నిజమే.

అన్నీ ఫ్రీ గా ఇచ్చినప్పుడు,

ఇది కూడా ఫ్రీ గా ఇస్తే బాగుంటుంది కదా.

బాయ్ 1:

అట్లాగే ఫ్రీ పుస్తకాల కిట్లు ఇవ్వొచ్చు కదా?

అందరి పిల్లలకి.

పోనీ, అందరికీ కాక పోతే ఐదవ తరగతి దాకా చదువుతున్న పిల్లలకి ఇవ్వొచ్చు కదరా.

నిజాలెప్పుడు చేదుగానే ఉంటాయి.

బాయ్ 2:

అట్లాగే **Rs** 300/- కరెంటు బిల్లులు వచ్చిన వారికి, బిల్లు కట్టక్కర్లేదు అని

గవర్నమెంటు డిసైడ్ చేయచ్చు కదరా.

బాయ్ 1:

అట్లాగే నీళ్ల బిల్లు మా వస్తే **Rs 150-200** వస్తుంది.

దీనికి బిల్లులు కట్టాలి.

చిన్న బిల్లులు మాఫీ చేయొచ్చు కదరా.

కర్ర విరగకుండా పాము చావకుండా కొట్టు

<u>బాయ్ 2:</u>

ఈ తతంగాలు యెట్లా ఉన్నాయంటే -

ముందునుంచి ఎలుకలు పోతే పట్టుకుంటారు.

వెనక నుండి ఏనుగులు పోతే వదిలేస్తారు.

కాకులను కొట్టి గద్దలకు వేసినట్లు.

<u>బాయ్ 1:</u>

పోనీ.

అరవైదు ఏళ్ళు దాటినా వాళ్లకి బస్సుల్లో ఫ్రీ గా allow చెయాలి.

బయట హోటళ్లలో ఫ్రీ గా టిఫిన్ ఫ్రీ గా మీల్స్ ఇయ్యాలి.

ఖద్దర్ షర్ట్స్, ఖద్దర్ ఫాంట్లు ఇవ్వాలి.

అత్తసొమ్ము అల్లుడు దానం చేసినట్లు.

బాయ్ 2:

అవునురా.

NEET ఎగ్జామ్స్,

సివిల్ సర్వీసెస్ ఎగ్జామ్స్,

JEE ఎంట్రన్స్ ఎగ్జామ్స్ రాయడానికి ఎక్సమ్ Fee ఎందుకు కట్టాలి.?

Government వాళ్ళు ఫ్రీ గా విద్యార్థులు ఎగ్జామ్స్ రాయడానికి ఒప్పుకోవాలి.

ఇలాంటివి ఎలక్షన్ మేనిఫెస్టో లో పెట్టాలి.

ఆకాశానికి నిచ్చెన వేసినట్లు.

బాయ్ 1:

అసలు ఈ ఉద్యోగ చేసే వాళ్ళు ఇన్కమ్ టాక్స్ కట్టడం ఏమిటి.

పొట్ట కూటి కోసం పని చేస్తే ఇన్కమ్ టాక్స్ లు కట్టాలా.

బిజినెస్ చేసే వాళ్ళు టాక్సలు కట్టాలి కానీ.

ఉద్యోగస్తులనుండి ఇన్కమ్ టాక్స్ కలెక్ట్ చేయడం ఏంటి?

నాకైతే అర్ధం కావడంలేదు.

చెప్పేవాడికన్నా విినేవాడి చెవి కొయ్యాలి.

బాయ్ 2:

అవునురా అన్నీ టాక్స్ లు కట్టుకుంటూ వుండే దానికన్నా,

అడుక్కు తినడం మేలు లేదా ఏదైనా పొలిటికల్ పార్టీ లో చేరిపోతే

పోలె. అన్నీ వాళ్ళే చూసుకుంటారు.

అదృష్టం వుంది బాగా సంపాదిస్తే బాగు పడోచ్చు.

లేదా అడుక్కు తినొచ్చు.

అసలు వుద్యోగం చేసే టెన్షన్ ఉండదు.

తలకాయ నొప్పి ఉగ్యోగాలు మనకెందుకురా.

బాగుంటే బహు దర్జాగా బ్రతకొచ్చు, మజా చేయొచ్చు, కార్లలో తిరగొచ్చు.

ఏదీ లేకపోతె అడుక్కు తినచ్చు.

షరా మాములే.

సుబ్బి పెళ్లి యెంకిచావుకొచ్చింది.

(చీకటి పడగానే ఎవరి ఇళ్లకు వాలు వెళ్లి పోతారు.)

మరునాడు

బాయ్ 1:
ఎరా, ఏంటి విశేషాలు

బాయ్ 2:
ఏముంటుంది. షరా మామూలే

బాయ్ 1:
అరె నేను వుద్యోగం చేద్దామనుకుంటున్నా.

బాయ్ 2:
హ, హ, హా, మనకెవడురా ఉద్యోగమిచ్చేది

బాయ్ 1:
యిచ్చినా, ఏం జీతాలొస్తాయిరా.

బాయ్ 2:
అసలు మనం పని చేయకుండానే గవర్నమెంట్ అన్నీ
ఫ్రీ గానే ఇస్తోందిగా.

బాయ్ 1:
అవునురా, రేషన్ ఫ్రీ గానే ఇస్తోందిగా. యింకా ఆయిల్, కిరోసిన్, షుగర్, వెజిటబల్స్ ఫ్రీ గా యిస్తే మేమెందుకు పనులు గానీ, వుద్యోగం కానీ చేయాలి.

బాయ్ 2:
అప్పుడు మనం మహారాజ పోషకులమవుతాము.

బాయ్ 1:
ఈ సివిల్ సర్వీసెస్, IAS, IPS, IFS ఉద్యోగాలు మనదాకా రావు. ఒక వేళ రిటన్ టెస్ట్ లో పాస్ అవుట్, ఓరల్ టెస్ట్ లో సెలెక్ట్ కాలేము. మనం డబ్బులు, లంచాలు గుమ్మరించలేము, పెద్ద పెద్ద ఉద్యోగాలు, కొంతమందికేరా. మనకెందుకు అలాంటి ఉద్యోగాలు వరిస్తాయి.

అయినా మన పర్సనాలిటీలు అలాంటి
వాటికి పనికిరావు.

<u>బాయ్ 2</u>:
అంట పెద్ద ఉద్యోగాలు మన మైండ్ సెట్ కి పనికిరావు.
మనం చేయలేము.
మనం డబ్బులు గుమ్మరించి చదవలేము.

<u>బాయ్ 1:</u>
చిన్న చిన్న ఉద్యోగాలు పేరుకి మటుకే.
ఎందుకు పనికిరావు వీళ్ళిచ్చే చిన్న జీతాలు.
ప్రొద్దున్న పోయి రాత్రికి రావాలి.
ఎందుకు ఈ తంటా.

<u>బాయ్ 2:</u>
అవునురా.
వద్దురా ఈ తలనొప్పి ఉద్యోగాలు.
తుమ్మితే ఊడిపోయే ఉద్యోగాలు.

హాయిగా పిచ్చా పాటి, బాతాఖానీ మాట్లాడుతూ, టైం పాస్ మాటలు మాట్లాడుతూ కాలం గడిపేస్తే పోలె.

<u>బాయ్ 1:</u>
అవునురా. అదే బెస్ట్.
ఏదైనా కొత్త పొలిటికల్ పార్టీ ఎవరైనా పెడితే మనం అందులో జాయిన్ అయితే చాలు, వాళ్ళే మానని మేపుతారు, సాకుతారు.
ఫ్రీ గా తిరగొచ్చు తినొచ్చు, తాగొచ్చు, కార్లలో తిరగొచ్చు.

<u>బాయ్ 2:</u>
నువ్వు కరెక్టుగా చెప్పావు.
మనం ఫ్రీ బర్డ్ లా ఎంజాయ్ చేయొచ్చు.
టైం కలిసొస్తే బ్యాక్ డోర్ లో మంచి డబ్బు సంపాదించొచ్చు.
మనం చూస్తూన్నంగా ఎంతమంది పనికిరాని వాళ్ళు లక్షలు కోట్లు సంపాదించి, మంచి మంచి బిల్డింగ్లు కట్టుకొన్నారో.

వాళ్ళేం ఎక్స్ట్రాగా పొడిచారా.
దొంగ డబ్బేగా, బ్లాక్ మనీ నే గా.

<u>బాయ్ 1:</u>
అవునురా. వుద్యోగం చేస్తే బొచ్చు వస్తుంది.
వున్నది ఊడుతుంది.
అప్పులు అవుతాయి.
ఎందుకు పనికిరాము.
ఏమీ సాధించలేము.
యిల్లూ వాకిలి ఏమీ రాదు.
చివరికి అడుక్కోవాల్సి వస్తుంది.
దానికన్నా, ఇలాంటి పొలిటికల్ పార్టీ లలో పని చేస్తే వద్దంటే డబ్బు.
పెద్ద డాక్టర్లు లాయర్లు, బిజినెస్ పర్సన్స్ సినిమా
యాక్టర్లు అందరూ వాళ్ళ వృత్తి కి గుడ్ బై చెప్పి
పొలిటికల్ గా దర్జాగా తిరుగుతూ మస్తు డబ్బు
వేకేసుకుంటున్నారురా.
మనం రోజూ చూస్తూనే వున్నాము, వింటూనే వున్నాము.

బాయ్ 1:
జాబ్ చేయడం గురించియు మరచిపో.
కొన్ని లక్షలమంది క్వాలిఫైడ్ వాళ్ళు క్యూ లో వున్నారు ఉద్యోగాల గురించి.

బాయ్ 1:
అవును చూస్తూన్నంగా చాలామంది ఇంజనీర్స్,
మనజిమెంట్ చదివిన వాళ్ళు క్యాబ్ డ్రైవర్ గానో, ఆటో డ్రైవర్ గానో, పని చేస్తున్నారు.
కాబట్టి ఉద్యోగాన్వేషణ గురించి మరచిపోదాం.

బాయ్ 2:
అరె నాకు ఆకలేస్తోంది.
ఏదైనా టిఫిన్ తిందాంరా.

బాయ్ 1:
పద, మన చిన్న హొటల్ ఉందిగా.
ఏదుంటే అది లాగిచ్చేద్దాం.

కడుపులో ఎలకలు పరిగెత్తుతున్నాయి.

(టిఫిన్ తిని, ఎవరి ఇళ్ళకి వాళ్ళు వెళ్ళిపోతారు)

NEXT DAY MORNING

ఒక సినిమా ప్రొడ్యూసర్ స్టోరీ గురించి కొంతమందిని ఆరా తీస్తూ వీళ్లిద్దరి దగ్గరకి వచ్చి యిలా అడిగాడు.

ప్రొడ్యూసర్:
హాయ్, డియర్ ఫ్రెండ్స్.
నేను ఒక సినిమా తీయాలని మంచి కదా గురించి చూస్తున్నాను.
మీకేమైనా ఒక కథ, నిజంగా జరిగిన కథ, మీ అమ్మ
లేదా మీ నాయనమ్మలు చెప్పిన కథ ఏదైనా మీకు
జ్ఞ్యాపకముంటే చెప్పండి. ఆ కథ ని నేను సినిమా

తీస్తాను.
(అన్నాడు ఆ సినిమా ప్రొడ్యూసర్ పెద్దమనిషి)

<u>బాయ్ **1**:</u>
హా హా అయితే మీకు ఎలాంటి కథ కావాలి.
లవ్ స్టోరీనా లేక క్రైమ్ స్టోరీ నా లేక ఏదైనా దయ్యం లేక పిశాచి కథ కావాలా సర్.

<u>ప్రొడ్యూసర్:</u>
నాకు ప్రస్తుతం పిశాచి కథ కావాలి.
నిజంగా జరిగినది అయితే నీకు పూర్తి కథ తెలిస్తే చెప్పు.
నేను ఒక హారర్ థ్రిల్లర్ సినిమా తీస్తాను.

<u>బాయ్ **2**:</u>
మరి మావాడి కథ నచ్చుతె డబ్బు ఇస్తారా అని అన్నాడు.

ప్రొడ్యూసర్:

తప్పకుండా ఇస్తాను.

బాయ్ 1:
అయితే ఈ కథ వినండి.
ఈ కథ కొంచం భయంగా
ఉంటుంది.
చాలా థ్రిల్లింగా ఉంటుంది.

ప్రొడ్యూసర్:
కథంతా వింటాడు.
సినిమా తీయడానికి
నిశ్చయించుకుంటాడు.
మూడు లక్షలు డబ్బులు
యిస్తాడు.

బాయ్ 1:
సంతోషంగా డబ్బు
తీసుకుంటాడు.
కొంత డబ్బు తన స్నేహితుడికి
యిస్తాడు.

ఇది కథ
ఒక్క సారి - మోహిని
పిశాచి కథ
(7 చాప్టర్లు)

=======

ఒక్కసారి - మోహిని కథ
పార్ట్ 1

రవికాంత్ మెల్లగా హైదరబస్తీ నుండి బయలుదేరి దగ్గరలోనున్న పోస్ట్ ఆఫీస్ కి వచ్చాడు.

అతను నిరుద్యోగిగా వున్నాడు.

మొన్ననే BA పాస్ అయ్యాడు.

అతని దినచర్య ఏమిటంటే వివిధ కంపెనీలకు దారకాస్తులను పంపడం.

అలాగే ఆ రోజు పోస్ట్ ఆఫీస్ కి చేరి తాను రాసిన దరఖాస్తును పోస్ట్ చేసి ఇక యింటికి బయలుదేరడం అనుకుంటుండగా

ఒక మృదు మధురమైన స్త్రీ గొంతు ఏవండీ మిమ్మల్నే ఒకసారి మీ పెన్ను ఇస్తారా అని వినిపించింది.

అతను వెనువెంటనే చూడగానే ఒక విధమైన దిగ్భ్రాంతికి లోనైనాడు.

ఎదురుగుండా ఒక అద్భుతమైన సౌందర్యరాశి నవ్వుతు కనిపించింది.

అతడు తనను తానూ మరచిపోయాడు.

అంతటి అద్భుతమైన సౌందర్యరాశిని, అంత మధురమైనటువంటి గొంతుని అతను ఎప్పుడు వినలేదు.

స్వతహాగా అతను బ్రాహ్మణా కుటుంబములో పుట్టాడు.

ఆడవాళ్ళనుంచి కొంచం దూరంగానే కొంచం మెరుగ్గానే ఉంటాడు.

ఆరోజు అతనికి ఏమైయిందో తెలియదు గాని తన చూపులను మలచుకోలేకపోయాడు

ఆ అమ్మాయి మృదు మధురంగానే నవ్వి, ఏవండీ మిమ్మల్నే, ఒక సారి మీ పెన్ను ఇస్తారా అని అడగ్గా ఉలిక్కిపడి తన చేతులో వున్నా పెన్నుని యిచ్చాడు.

ఆ పెన్నుతో ఏదో వుత్తరం రాసినట్టుగా చేసి, ఆ వుత్తరం రాయగానే మరు మాట్లాకుండా పెన్ను చేత్తో పట్టుకొని వెళ్ళిపోసాగింది.

ఇందాంతా చూస్తున్న రవికాంత్ కి ఏమి అర్ధం కాలేదు.

ఏంటీ నా పెన్ను నాకు వాపసు యివ్వాలికదా.

అదేంటి, ఆవిడ నా పెన్ను ఇవ్వకుండా వెళ్ళిపోతోందేంటి, అని అనుకున్నాడు.

రవికాంత్కి ఏమి అర్థం కావడంలేదు.

అంత తొందరగా మరచిపోలేదుకదా.

ఆ పెన్ను తన దగ్గర తీసుకున్న విషయం ఏళ్ళ ఆలోచిస్తూనే ఆ అమ్మాయి వెనుక యాంత్రికంగా ఆమె వెనక నడవ సాగాడు

చూపరులందరికి ఈ దృశ్యం చాలా వింతగా అనిపించింది.

ముందు ఒక అద్భుతమైయన సౌందర్య రాసి చాలా అలవోకగా ఒంపుసొంపులతో వయ్యారంగా నడుస్తూ వెళ్లడం, వెనకనే ఒక అందమైన కూర ద్రూపి అయినా ఒక యువకుడు ఆమె వెంటపడి నడుస్తున్నట్టుగా వారందిరికి

అనిపించి అలా ఆశ్చర్యంగా చూస్తూ ఉండిపోయారు.

యిక్కడ రవికాంత్ కి కాళ్ళు మాత్రం ఆగడంలేదు.

యిక్కడ అతను ఎందుకంత ఆ అమ్మాయి వెనుక పరిగెత్తుతున్నాడు.

మెల్లగానే నడవాలనీకుంటున్నాడు.

కానీ, పరిగెత్తుతున్నట్టు తెలుస్తుంది.

గట్టిగా ఆ అమ్మాయిని పిలిచి నా పెన్ను నా కిస్తారా అని ఎన్నోసార్లు అడగాలనుకున్నాడు.

కానీ, ఏదో తెలియని శక్తి తన గొంతు నొక్కేస్తున్నట్టుగా ఏ మాత్రం పైకి రావడంలేదు.

అతడు తనని యాంత్రికంగా ఎవరో తనని లాక్కెళుతున్నట్టుగా అనిపించింది.

ఆ అమ్మాయి వెంటనే వెళ్ళసాగాడు.

అలా మరి యెంత దూరం వెళ్ళాడో ఏమిటో మరి అతనికి తెలియదుగాని అనిపించినట్టు స్వప్నహలోకి వచ్చేసరికి ఒక అద్భుతమైన రాజ్ మహల్ ముందు నిలిచి ఉండడం గమనించాడు.

అది ఆంతా పాలరాతి కట్టడంతో వున్నట్టుగా వుంది.

ధగ దగా మెరిసిపోతుంది.

స్తంబాలన్నీ కూడా చాలా దృడంగా, బలంగా, చాలా ఎత్తుగా ఏ గ్రీకు పట్టణంలో కట్టినట్టుగా పాత కాలపు పెద్ధ కట్టడంగా గోచరించింది.

అద్భుతమైన శిల్ప సంపదకూడా, ఆ భవనము మీద కనిపించింది.

రాకరకాలైనటువంటి, అద్భుతమైనటువంటి సౌందర్య రాసుల విగ్రహాలు కనిపించాయి.

పెద్ద పెద్ద మెట్ల టోనీ, యెర్ర రంగు తివాచీలు, పరచినట్టుగా వుంది.

ఆ భవనం చుట్టూ, చక్కటి పూల వనం, ఉద్యానవనం వున్నాయి.

దాంట్లో వుయ్యాలలు కూడా ఏర్పాటు చేయబడ్డాయి.

మధ్యలో ఫౌంటెన్ నుంచి నీళ్ళుల చుట్టూ చిమ్ముతున్నాయి.

రక రకాల పక్షులు కూడా అక్కడ చేరి అరుస్తున్నాఅవ్వి.

అంత పెద్ద భవనం దగ్గర, తాను నిలబడి నేను ఈ భవనం దగ్గకారికి ఎలా వచ్చాను అని ఆలోచించసాగాడు.

అతని ముందే అద్భుతమైన సౌందర్య రాసి ఆ భవనం మెట్లు ఎక్కుతూ కనిపించింది.

అతను కూడా యాంత్రికంగానే అమ్మె వెనక మెట్లు యెక్క సాగాడు.

ఒక్క మెట్టు చాలా ఎత్తుగా వుంది. చాలా అందంగా, చాలా శుభ్రంగా వుంది.

అన్నీ పాల రాతితో చేసినట్టుగా తెలుస్తూనేవుంది.

అతడు మెట్లు ఎక్కి ఆ ప్రవేశ ద్వారం దగ్గరకి వచ్చి నిలుచుంది పోయాడు.

అది సుమారు ఒక పన్నెండు అడుగుల ఎత్తులో వుంది.

అది బలిష్టమైన తలుపులు కలిగి వుంది.

దాని మీద రక రకాల డిజైన్ లు , నగిషీలు చెక్కబడి వున్నాయి.

అవన్నీ దగ్గ దఘా మెరిసిపోతూ, కొత్తగా రంగులు వేసినట్టుగా వున్నాయి.

అతనికి ఏమి అర్ధం కావీగటంలేదు.

అసలు ఆలోచించడానికి కూడా టైం దొరకడంలేదు.

క్షణంలోనే ఎన్నో వేళా లక్షల ఆలోచనలు
ముసురుకుంటున్నాయి.

ఏం జరుగుతుందో, కలయా నిజమా అని భ్రాంతిలో వుండిపోయాడు.

యుఎవరు ఈ అద్భుతమైన సౌందర్య రాసి.

ఎందుకు నేను యిట్లా ఈమె వెంటబడుతున్నాను అని ఆలోచించుకుంటుండగానే,
అంతలో పెద్ద తలుపు తెరుచుకొని, అతనికి స్వాగతం పలుకుతూ, ఆ అద్భుత సౌందర్యరాశి కనిపించింది.

ఆమె తీయటి గొంతు వీణ నొక్కినట్టుగా అనిపించింది.

మధురమైన ఆ గొంతులోనే, ఒక సమ్మోహన శక్తి వుంది.

ఆ కళ్ళలోకి చూస్తూ ఉంటే అతడు అన్ని లోకాలను ఏమరచి పోతున్నాడు.

ఒక అద్భుతమైన పరిమళం అతనిని చుట్టూ ముట్టేసింది.

ఏదో ఒక మైకంలో వున్నట్టుగా అతని గొంతు మామూలుగా లేక ఏదో గోనుకుంటున్నట్టుంది.

========

ఒక్కసారి - మోహిని కథ పార్ట్ 2

అలా చూస్తూ నిలబడి ఉన్నారేంటి. లోపాలకి రండి అని ఆవిడ ఆహ్వానించిహ్నెది.

చక్కటి పళ్ళు వరస చిరునవ్వు నవ్వుతూ ఉంటే తళుక్కుమని మెరుస్తూ ఆకర్షిస్తూ వున్నాయి.

ఆమె యొక్క ప్రతీ అణువులో అందం అలా ఉట్టి పడుతోంది. ఆ నడక ఆ మాట ఆ ఎత్తు ఆ అవయవ సౌష్టవం ఊహించలేనంత అందంగా వుంది.

ఏదో ప్రబంధ కావ్యంలో ఆవిడ నాయిక మాదిరిగా ఒక గ్రీకు సౌందర్య రాసి లాగా అతనికి కనిపించసాగింది.

ఏమిటీ, నేను ఎందుకిలా ఆలోచిస్తునాను.

నాకు ఈ రోజు ఏమైంది అని అతని మనసులో అనుకుంటున్నాను.

లోపలి అడుగు పెట్టగానే దాదాపు ఒక పన్నెండు అంగుళాల దళసరి మెత్తటి తివాసీ కింద నేలమీద పరిచి వుంది.

అలాగే, పెద్ద రాజోచిత సింహాసనాలు వున్నాయి.

యిదంతా మెత్తటి మక్మల్ బట్టతో అలంకరించినట్టుగా వుంది.

అతనిని ఆ ఆసనం మీద కూర్చోమని చెప్పి ఆవిడ ఎదురుగా వున్నా ఆసనం మీద కూర్చుని ఏమిటి ఆలోచిస్తున్నారు, పరధ్యానంలో వున్నారు. మీ చుట్టూ వున్నా అందాన్ని

మీరు ఆస్వాదించకుండా ఏవేవో పాత ఆలోచనలలోకి మీరు

ఎందుకు వెళుతున్నారు అని ప్రశ్నించింది.

తాను ఆలోచిస్తున్నట్టుగా ఆవిడ ఎలా గ్రహించింది అన్నది కూడా అతనికి కొంచం ఆశ్చర్యం కలిగించింది.

ఎవరైనా ఒక అపరిచిత వ్యక్తి అందులో ఒక అందమైన స్త్రీ ఎదురుగా వున్నప్పుడు తేరి పారా వారిని చూడటమన్నది సభ్య ప్రపంచంలో జరగదుకదా.

మరి తాను సభ్య ప్రపంచంలోనుంచి వచ్చినవాడే వుంది కూడా సభ్యతను మరచి ఆమెను అదే తేరి పారగా చూడటం ఏమంత సభతగా ఉంటుంది, అని అనుకుని కూడా ఆమెను నఖ శిఖ పర్యంతం చూస్తూనే వున్నాడు.

దాదాపు ఆవిడ ఐదు అడుగుల ఆరు లేక ఏడు అంగుళాలు ఉంటుంది.

చక్కటి శరీర సౌష్టవం పాలరాయి మాదిరి వండి సున్నితమైన, అందమైన శరీరం, చక్కటి పళ్ళ వరస, నల్లటి శిరోజాలు అద్భుతమైన సమ్మోహన శక్తి కలిగినటువంటి కళ్ళు, నవ్వుతున్నపుడు ఆ నవ్వులో ఒక సమ్మోహన శక్తి కలిగిన ఒక జీరా ఆ గొంతులోనుంచి రావడం యివన్నీ తానూ అసలు తట్టుకోలేకపోతున్నాడు.

ఏదో ఒక సమ్మోహనా శక్తి, ఏదో ఒక ఆకర్షణా శక్తి అతన్ని ఆమె వైపు బలంగా లాగసాగింది.

ఆటను సభ్యతా అన్నది పాపం మర్చిపోయాడు.

కాబట్టి, కొంచం సిగ్గు కూడా పడుతూ వున్నాడు.

అప్పుడు కొంత ధైర్యం తెచ్చుకొని అతను ఎవరు మీరు, ఎందుకు మీరు ఇలా మీ దగారికి రప్పించుకున్నారు.

నా దగ్గరనుంచి తీసుకున్న పెన్ను నాకివ్వకుండా ఎందుకు నన్ను పరిగెత్తించేట్టు చేశారు.

అసలు మనం ఎక్కడికి వచ్చాం.

ఈ భవనం ఏమిటి.

ఈ ఉద్యానవనం ఏమిటి.

అసలు మీరు ఎవరో.

ఏమిటో.

నాకేమి అర్ధం కావటం లేదు.

అంతా అయోమయంగా వుంది.

కానీ, ఒకటి మాత్రం నాకు తెలుస్తుంది.

మీరు మానవ మాత్రులు కారు.

అనిమాత్రం నిస్సందేహంగా చెప్పగలను.

ఏమిటిదంతా.

ఈ కధంతా నాకు అర్ధం కావటంలేదు.

దయచేసి కొంచం చెప్పండి అన్నాడు.

దానికి సమాధానంగా ఆవిడ పాక పకా నవ్వి యిలా అన్నది.

మొత్తానికి నీవు చాలా తెలివికలవాడివి, అందమే కాదు తెలివితేటలు కూడా వున్నాయి.

అందుకే నేను నీవంటే ఆకర్షింపబడ్డాను.

నిజమే.

నేను నువ్వు అనుకుంటున్నటుగా మానవ మాత్రురాలిని మాత్రం కాదు.

అయితేనేం, ప్రస్తుతం మనిషి అవునా కాదా అనే ప్రశ్న ఎందుకు.

ఏం సంభంధం వున్నది.

ఎదురుగా ఒక అందమైన సౌందర్యరాశి వున్నది.

ప్రపంచంలో చాలా శక్తివంతురాలు.

ఎంతో ధనం వుంది.

మనుషులకు కావలసింది ఏమిటి.

వారికి కావలసిందంతా వారి కోరికలను అనుభవించటం కదా.

వాళ్లకి ఐశ్వర్యం, కీర్తి ప్రతిష్టలు, అందమైన వస్తువులు, అందమైన భార్య కావాలి.

సంఘంలో, హెూదా ఉండాలి. వాళ్ళ చెప్పు చేతల్లో చేసి అధికారం ఉండాలి.

ఇదిగా ప్రస్తుతం మనుషులంతా కోరుకునేది.

అవన్నీ కూడా నేను నీకు సమర్పించగలను.

కాబట్టి, ప్రస్తుతం నేను ఎవరన్నది ఆలోచించటం మర్చిపో.

యిపుడు జరగ వలసింది, ముందు జరగబోయేది, అది నువ్వు అలీచించుకో.

నేను చెప్పినట్టుగా మనిషికి కావలసిన సర్వ సంపదలను, కోరికలను, అన్నింటినీ, క్షణంలో తీర్చగల శక్తి నా దగ్గర వుంది,.

నీకు ఏం కావాలో చెప్పు.

నీ జీవితాన్ని స్వర్గ మాయం చేస్తాను.

నీకు ఏం కావాలో అది నీకు క్షణంలో సమకూర్చుతాను.

ప్రస్తుతం దాని గురించి ఆలోచించు.

నీ అదృష్టం మరి నిన్ను వెతుకుంటూ వచ్చింది కదా.

దానికి నువ్వు గర్వ పడాలి.

సంతోషించాలి.

ఆనందించాలి.

ఆస్వాదించాలి.

కాబట్టి మిగతావన్నీ నీవు మరచిపో అని చెప్పింది.

వెంటనే రవికాంత్ అదెలా సాధ్యం అవుతుంది అని అన్నాడు.

నీవు ఎవరో, నీ చరిత్ర ఏమిటో తెలుసుకోకుండా మనిద్దరికీ సంబంధం ఏళ్ళ ఏర్పడుతుంది.

మనస్ఫూర్తిగా కదా మనకి సంబంధం ఏర్పడాలి.

మనిద్దరం ఆనందించాలంటే పరస్పర అవగాహన కొంత ఉండాలి కదా.

నేను మానవ మాత్రుని కదా.

మరి నువ్వు మానవ మాత్రురాలివి కాదని చెపుతున్నప్పుడు, మనిద్దరికీ అసలు పొత్తు ఎలా కుదురుతుంది.

యివన్నీ మనం ఆలోచించాల్సిన ప్రశ్నలే కదా.

యిలా ఆలోచించటం నా సంస్కారంలోనే వుంది.

నా స్వభావంలోనే వుంది.

కాబట్టి నేను మిమ్మల్ని అడిగాను.

దయచేసి మీరు నాకు చెప్పండి,
అని చాలా మర్యాదగా అడిగాడు.

దానికి ఆ అమ్మాయి నవ్వుతూ సరే
ప్రస్తుతానికి నన్ను మోహిని అని
పిలువు చాలు.

నీకు అందంతోపాటు సంస్కారం
కూడా వుంది.

మామూలు మనుషులలో లేని
సంస్కారాలు నీ దగ్గర వున్నాయి.

కాబట్టి నువ్వంటే నాకు ప్రేమే కాదు
కొంచం గౌరవం కూడా వుంది.

మామూలు తుచ్ఛ
మానవులకన్నా నువ్వు కొన్ని
మెట్లు పైనే వున్నావు.

అందుకే నువ్వు నాకు నచ్చావు.

సరే అవన్నీ, ఇప్పుడెందుకు.

తరువాత మాట్లాడుకుందాం.

నేను ఎవరినో, ఏమిటో తరువాత
చెప్తాను.

నువ్వు చాలా అద్భుతంగా
వయోలిన్ వాయిస్తావుకదా.

ఒక సారి నీ వయోలిన్ వినాలని
వుంది, అని ఏంటో ప్రేమగా
అడిగేసరికి, రవికాంత్ ఆశ్చర్య
పడ్డాడు.

అదేమిటి, ఈ అమ్మాయి ముఖం
మొహం నేనెప్పుడూ చూడలేదు.

మొట్టమొదటి సారి కదా
కలుస్తున్నాను.

ఆయినా మరి నా సంగతులన్నీ
ఎలా తెలుస్తున్నాయి.

నేను వయొలిన్ వాయిస్తానని ఈ అమ్మాయికి ఎలా తెలుసు అని మనసులో ఆలోచిస్తున్నాడు.

నీ ఆలోచనలన్నీ నాకు తెలిసిపోతున్నాయి.

నువ్వు వయొలిన్ వాయిస్తావని నాకెలా తెలిసింది అని అనుకుంటున్నావా?

నాకు అన్నీ తెలుసు.

నేను ఏ పనైనా క్షణంలో చేయగలను.

మనుషులు ఏమి ఆలోచిస్తున్నారా కూడా నాకు తెలుస్తూ ఉంటాయి.

ఇవన్నీ వదిలేసేయ్.

నువ్వు నాకు ఒక మంచి పాటని వినిపిస్తావా లేదా అని అడిగింది.

అది ఎలా కుదురుతుంది.

నేను నా వయోలిన్ పెట్టెను నాతో తీసుకు రాలేదు.

అది ఎక్కడో నా గదిలో వుంది.

నేను నా వయోలిన్ తో తప్ప వేరే వాళ్ళ వయోలిన్ తో వాయించలేను.

మరి అది యిప్పుడు ఎలా సాధ్యం అని అడిగాడు.

అది ఎలా సాధ్యమా అని ఆవిడ టక్కున లేచి ఒక్క క్షణంలో తన కుర్చీ నుంచి లేచి వీధి ఎదురుగా వున్నా గోడలోంచి ఆవిడ అదృశ్యమై పోయింది.

ఒక్కసారి - మోహిని కథ పార్ట్ 3

ఈ సంఘటనకి రవికాంత్ కొంచం బిత్తర పడ్డాడు.

అదేమిటి?

నాకు ఎదురుగుండా అంటా గోడ కనిపిస్తుండగా ఈ గోడలోంచి ఆవిడ ఎలా దూసుకు పోయింది.?

నా అనుమానం నిజమైంది.

ఈవిడ మనిషి కాదు.

మనిషికిదంతా సాధ్యం కాదుకదా అని ఆలోచిస్తుండగా ఆవిడ క్షణంలోనే గోడలోంచి ఇటువైపు ప్రవేశించి అతని దగ్గరకి చేరి అతని వయోలిన్ డబ్బా పెట్టెని అందించింది.

ఆటను ఆశ్చర్య పోయాడు.

అది తనదే.

యుఎక్కడో హైదర్ బస్తీ లోని తన అన్నగారిఉంట్లో తన గదిలో వున్న వయోలిన్ పెట్టెను, ఆవిడ ఎలా తీసుకొచ్చిందబ్బా అని కొద్దిగా ఆశ్చర్యపోవడం కాకుండా కొంచం భయపడ్డాడుకూడా.

దానికి ఆవిడ నవ్వుతూ ఏం ఫర్వాలేదు నేను ఒక చాలా చిన్న శక్తిని మాత్రమే ప్రయోగించాను. అంతే.

అయినా యివన్నీ మర్చిపోదాం.

చక్కగా ఒక పాటపాడు.

ఫలానా పాత నాకెంతో యిష్టం, అని చెప్పగా అతను మరింత ఆశ్చర్యపడిపోయి ఆ వయోలిన్ బయటకు తీసి ఆవిడ కోరిక ప్రకారం ఆవిడకి కావలసిన పాటని వయోలిన్ మీద వాయించాడు.

అంటా అయిపోయినాకా సరే నీ వయొలిన్ డబ్బాని అక్కడ నేను గదిలో పెట్టేస్తాను.

ఏం ఫరవాలేదు.

నేను ఎవరు, ఏమిటి అని అడుగుతున్నావు కదా.

నన్ను ప్రస్తుతానికి మోహినీ అని పిలువు.

నేను అట్లాగే పలుకుతాను.

నువ్వు అనుకున్నట్లుగా నేను మానవమాత్రురాలిని కాదు.

మాది వేరే లోకం.

మమ్మల్ని ఏంటో మంది ఎన్నో రకాలుగా పిలుస్తూ వుంటారు.

కొంత మంది కామినీ పిశాచి అంటారు.

శంఖిణీ పిశాచి అంటారు.

ఆత్మా అంటారు.

అలా ఎన్నో పేర్లు పెట్టారు.

యివన్నీ మానవులు పెట్టిన పేర్లే.

అవన్నీ ఆలోచించి నువ్వు తెలుసుకొని ఏమి లాభం?

నను నిన్ను గాఢంగా ప్రేమిస్తున్నాను.

నా ప్రేమ యెంత గాఢంగా ఉందంటే నీ కోసం నేను ఏమైనా చేయగలను.

నువ్వు రాజకీయాల్లోకి ప్రవేశించి ఒక నాయకుడిగా గెలవాలంటే వోట్ కి నివ్వు ఎన్ని రూపాయలు ఖర్చు పెట్టాలనుకున్నావో చెప్పు.

నేను అంట ధనాన్ని నీకు యిస్తాను.

వోట్ కి వెయ్యి రూపాయలనుంచి రెండు వేలు లేదా పది వేల రూపాయల వరకు ఇవ్వగలను.

బంగారాన్నైనా నీకు క్షణంలోనే నేను ఇవ్వగలను.

నేను తలచుకుంటే నిన్ను దేశానికి ప్రధానిగా కూడా చేయగలను.

ఈ దేశాన్నే కాదు ప్రపంచానంతటికి నిన్ను సార్వ భౌమునిడి చేసే శక్తి నాకు వుంది.

అయితే నేను నిన్ను గాఢంగా ప్రేమిస్తున్నాను.

కాబట్టి, నేను నీ దగ్గర ఆశించేది ప్రేమ మాత్రమే.

నాకు ఏమి అక్కర లేదు.

ఇందులో నాకు స్వార్ధం కూడా ఏమీ లేదు.

నువ్వు నాతోపాటు కొన్నాళ్ళు సంసారం చేయి.

మనిద్దరం కలిసి మెలిసి భార్య భర్తలుగా ఉందాము.

నీకు స్వర్గం ఏమిటో చూపిస్తాను.

స్వర్గపు అంచులవరకు తీసుకొని వెళ్తాను.

కాబట్టి, నువ్వు నా ప్రేమ సామ్రాజ్యానికి అధిపతిగా రావాలని కోరింది.

దానికి రవికాంత్ బిత్తర పోయాడు.

ఏమి జవాబు చెప్పాలో తెలియలేదు.

అతను ఈ విధంగా అన్నాడు.

నేను మనిషిని.

నువ్వు మరి మనిషివి కాదుకదా.

మనిద్దరికీ సంబంధం ఎలా కుదురుతుంది.

నీ అనుభూతులు, నీ అనుభవాలు పై స్థాయిలో ఉంటాయి.

మనుషులమైనా మేము చాలా క్రింది స్థాయిలోనే ఉంటాము.

అటువంటప్పుడు మనిద్దరికీ పొత్తు ఎలా కుదురుతుంది.?

భార్యా భర్తలుగా మనిద్దరం ఎలా ఉండగలుగుతాం?

మీకు మామూలుగా అనిపించే అనుభూతి మాకు చాలా ప్రమాదకరంగా ఉంటుంది.

అది భరించే శక్తి మా మానవ శరీరానికి ఉండదు కదా.

మరి నువ్వు కామినివి అంటున్నావు.

బహుశా కామిని పిశాచివే కావచ్చు.

మరి పిశాచిగా వున్న నాకు మామూలుగా మనిషిగా వున్నా మా మానవ ఇంద్రియాలకు పొత్తు ఎళ్ళ కుదురుతుంది.?

అప్పుడు నేను చాలా కోల్పోవలసి వస్తుంది కదా.

శారీరక పరంగా నేను చాలా కష్టపడవలసి వస్తుంది.

నా ఆయువు కూడా తీరిపోతుంది తొందరగా.

కాబట్టి, దయచేసి నన్ను వదిలి పెట్టేసేయి.

ఒక మనిషికి, ఒక పిశాచికి ఎటువంటి సంబంధం ఉండ కూడదు

అది సహజ సిద్ధంగా జరిగేది కాదు.

దానివల్ల, నీకు ఫర్వాలేదు కానీ నేను చాలా ప్రమాదంలో చిక్కుకుంటాను.

నేను తొందరగానే మృత్యు గుహలోకి వెళ్ళవలసి వస్తుంది.

దానికి ఆవిడ నవ్వి నేను యిచ్చే స్వర్గ సుఖాల ముందు నీవు ఎన్ని వేళా జన్మలలో అనుభవించేది ఎంత.

అది నిజమే.

మా అనుభూతులు, మా అనుభవాలు, మా స్థాయీయిలో ఉంటాయి.

నా ప్రకంపనలు కూడా నీ సూక్ష ప్రకంపనలకన్నా ఎన్నో రేట్లు వేగంగా ఉంటాయి.

ఆ వేగం వాళ్ళ వచ్చే ఆ శక్తి కి ఏ మానవ మాత్రుని శరీరం కూడా ఎక్కువ కాలం నిలబడదు.

అయినా నీవు కోల్పోయీయెడి ఏముంది?

ఏమీ లేదుకదా.

నీవు మనిషిగా మహా అంటే ఆరోగ్యవంతంగా అరవై ఏళ్ళు లేదా డెబ్బై ఏళ్ళు బ్రతుకుతావ్. ఈ ఏళ్ళల్లో నివ్వు మనిషిగా అనుభవించే సౌఖ్య యెంత మాత్రం.

మహా అంటే ముప్పై ఏళ్ళు.

అందులో కూడా ఎన్ని రకాల బాధలు.

సంసార బరువు బాధ్యతలు.

తాపత్రయాలు

జబ్బులు

యిలా నీవు అనుభవించేది ఏమిటి? ఏమీ లేదు.

అదే నాతో కనుక ఎంతకాలమైనా గడిపితే నేనిచ్చే స్వర్గ సుఖాలు నీవు కొన్ని వేళా జన్మలు ఎత్తినా పొందలేవు.

యింట సుఖాన్ని నేనిస్తున్నపుడు నీ ఆయువు కొంచం తగ్గిపోతే ఏమిటి?

ఎన్నో వేళా జన్మల్లో నీవు పొందబోయే సుఖాన్ని ఈ జన్మలోనే పొందుతున్నప్పుడు నీకు ఈ ఈ జన్మలో కావాలన్నా ఎటువంటి సుఖాలన్నా నేను తప్పకుండా అందజేస్తాను.

దానికేమంటావ్ అని అడిగింది.

అమ్మా మోహినీ, మీరు దయచేసి నన్ను వదిలిపెట్టేయండి.

మీరు చెప్పిన సౌఖ్యాలు కావాలని నాకన్నా కొన్ని వేల మంది ఎదురు చూస్తున్నారు.

వారందరూ కూడా నీవు చెప్పినట్టు వింటారు.

కాబట్టి నివ్వు వారి పొత్తు పొందడంలో అర్ధం వుంది.

అంతేకానీ ఇష్టంలేని నాతో నీకు ఎటువంటి పొత్తు కుదురుతుంది చెప్పు.

నన్ను బాధ పెట్టి నువ్వు సుఖపడలేవు కదా.

కాబట్టి నా జోలికి రాకు.

నన్ను వదిలి పెట్టేసేయ్.

మరి నను ఇల్లో వదిలిపెట్టి ఎంతకాలమైందో కూడా నాకు గుర్తు రావడంలేదు.

అక్కడ మా అన్నగారు మరియు మా మిత్రులందరూ ఎదురు చూస్తుంటారు.

ఈ మధ్యే నేను హైదరాబాద్ పట్టణానికి ఉద్యోగానికి వచ్చాను.

నీకు తెలుసు కదా.

కాబట్టి, దయ చేసి నన్ను వదిలి పెట్టేసేయ్, అని అన్నాడు.

సరే నేను ఏంటో ప్రేమగా చెప్పినా కూడా నీవు నా మాట వినడంలేదు.

నీ మీద నాకు యింకా పట్టుదల పెరిగింది.

ఎలాగైనా సరే నువ్వు నేను చెప్పినట్టుగా నేను చెప్పిన ఒప్పందాన్ని అంగీకరించాలి.

అయితే నేను అందరిలాగా బాధ పెట్టె మోహినీ ని కాను.

నాకు కూడా ఏంటో కొంత సంస్కారం వుంది.

కాబట్టి నీకు కొంత వ్యవధి యిస్తున్నాను.

నువ్వు ఆలోచించుకో.

నేను తలచు కుంటే ఈ క్షణంలో నిన్ను ఏమైనా చేయగలను.

నా శక్తి సామర్ధ్యాలన్నీ కూడా చూసావు నువ్వు.

ఒప్పుకోకపోయినా నిన్ను బలవంతంగా ఒప్పించగలను.

అనుభవించగలను.

నా ముందు నివ్వు ఎందుకూ పనికిరావు.

చాలా అల్పుడువి.

నీకు శక్తి కూడా చాలా తక్కువ.

అయినా కూడా, నాకు సంస్కారం వుంది.

నేను నిజంగా నిన్ను ప్రేమిస్తున్నాను.,

కాబట్టి, నీకు కొంత వ్యవధి యిస్తున్నాను.

సరే యిప్పుడు నివ్వు బయలు దేరు అని అన్నది.

మరి నేను ఎక్కడ వున్నాను.

యెంత దూరంలో వున్నాను.

ఈ ప్రదేశం ఏమిటో నాకు తెలియదు.

మరి బస్సు ఎక్కి వెళ్లాలంటే కూడా నా దగ్గర డబ్బులు లేవు, అని అతడు అన్నాడు.

నివ్వు ఏం భౌయపడకు

నేను నిన్ను స్వయంగా బస్సు ఎక్కిస్తాను.

నేను నీకు కనిపిస్తా.

కానీ వేరే ఎవరికీ కనిపించాను.

నేను నీ పక్కన ఉండగా నిన్ను ఎవరు డబ్బులు అడగరు.

నివ్వు ఎక్కడ దిగాలి అక్కడ దిగి వెళ్ళిపో.,

అక్కడనుంచి నేను కూడా వెళ్ళిపోతాను.

త్వరలోనే నేను నీకు కనిపిస్తాను.

ఈ లోగా నివ్వు జాగ్రత్తగా అన్ని విషయాలు ఆలోచించి నాకు చెప్పాలి.

నివ్వు కాదన్నా కూడా నేను నిన్ను వదిలిపెట్టే ప్రసక్తే లేదు అని చెప్పింది.

తర్వాత ఆమె ముందు వెళ్తుండగా ఆటను ఆమె వెంట వెళ్లి రోడ్డు మీదకు వచ్చి బస్సు ఎక్కి కూర్చున్నాడు.

ఆశ్చర్యమేమిటంటే ఆమె అతనికొక్కడికే కనిపించింది.

ఎవరికీ కనబడటంలేదు.

కండక్టర్ వచ్చాడు కానీ టిక్కెట్టు డబ్బులు అడుగలేదు.

సరే మెల్లగా ఆమె వెళ్ళిపోయింది.

నేను మెల్లగా రానిగుంజే బస్సు స్టాప్ లో దిగాను.

నేను మరి ఆమెతో వెళ్లి ఎన్ని రోజులైందో, ఎన్ని గంటలందు తెలియదు.

ఆ కాలమానం నేను పూర్తిగా మర్చిపోయాను.

అక్కడ దిగాను.

దిగగానే ఎందుకో చాలా నీరసంగా అనిపించింది.

చుట్టూ చూసాను.

జనం అంటా వున్నారు.

అనుకోకుండా అక్కడి మా అన్నగారి స్నేహితులు కనిపించారు.

వాళ్లంతా పరుగు పరుగున నా దగ్గరికి వచ్చి నీ కోడం వెతుకుతున్నాము.

ఎక్కడికి వెల్లావైయ్యా.

ఆయినా ఏమిటీ, నీ బట్టలన్నీ ఇంత మాసిపోయాయి.

గడ్డం పెరిగి పోయింది.

ఏమిటీ యిలా వున్నావు.

చాలా నీరస పది పోయి వున్నావు.

మీ అన్నయ్య చాలా కంగారు పడుతున్నాడు.

పద పదా అని చెప్పి అతడిని హైదర్ బస్తీ లో అతని యింటికి తీసుకుకొని వెళ్లారు.

రవికాంత్ అన్నగారు అక్కడ **AG** ఆఫీస్ లో పని చేస్తున్నారు.

కొంతమంది బ్రహ్మచారులు అందరు హైదర్ బస్తీ లో రూమ్ తీసుకున్నారు.

హైదర్ బస్తీ అంతే జీరా దగ్గర బైబెల్ హౌస్ దగ్గర వున్నా కాలనీ.

ఒక్కడే ఒక్క మిద్ధ మీద ఒక పోర్షన్ లో వుంటున్నారు వారి అన్నగారు.

కొంతమంది మిత్రులు, రవికాంత్ వుంటున్నారు.

ఈ నలుగురు బ్రహ్మచారులు.

అక్కడ వుంది వంట చేసుకుంటూ చిన్న చిన్న వుద్యోతగాలు చేసుకుంటూ వుంటున్నారు.

రవికాంత్ రోజూ ప్రొదున్నే లేచి దరఖాస్తులు రాసి, రానిగుంజే లో వున్నా పోస్ట్ ఆఫీస్ కి రోజూ వెళ్ళి పోస్ట్ చేస్తూ ఉండేవాడు.

అతడిని చూడగానే, అన్నగారు గాభరాగా తమ్ముడు దగ్గరకు వచ్చి ఏమిటిరా ఎక్కడికి వెళ్ళావు.

అనగా అన్నయ్యా ప్రస్తుతం నన్ను ఏమీ అడగవద్దు.

నాకు నిద్ర ముంచుకొస్తోంది.

ఆకలి వేస్తోంది.

ముందుగా ఏమైనా తెప్పించండి తినడానికి, అని అన్నాడు.

అందరూ అలాగే ఏ చెప్పి స్నేహితుడు ఒకడు సైకిల్ మీద హైదర్ బస్తీ నుండి ట్యాంక్ బండ్ మీద సెక్రటేరియట్ దగ్గర వున్నా ఒకే ఒక హోటల్ గోపీఈ హోటల్ కీ గబా గబా వెళ్లి ఇడ్లీలు పార్సెల్ చేసుకొని తీసుకుని వచ్చాడు.

ఆవగా, గబా గబా ఆ ఇడ్లీ అన్నింటినీ తినేసే, అన్నయ్యా నాకివి సరిపోలేదు.

ఆకలి తీరలేదు.

మరికొంత టిఫిన్ తెప్పించు అన్నాడు.

మళ్ళీ గోపి హొటల్ నుంచి టిఫిన్ తెప్పించాడు అన్నగారు.

అన్నగారు చాలా ఆశ్చర్యపడుతున్నాడు.

ఏమిటీ వీడికింకా ఆకలి.

ఎప్పుడూ యిలా వుండదే.

మరి వీడికి ఏమైంది.

నా కేమీ అర్ధం కావడంలేదు.

సాధారణంగా వీడు కొంమ్చమే టిఫిన్ తింటాడు.

మరి ఏమిటీ యిలా అయిపొయింది అని అనుకుంటాడగా, అన్నయ్యా విశ్రాన్తి తీసుకోవాలి.

విషయాలు తరువాత చెప్తాను.

ముందుగా నేను కాసేపు పడుకోవాలి, అని ఆటను గాఢంగా నిద్రపోయాడు.

==========

ఒక్కసారి - మోహిని కథ పార్ట్ 4

ఇది నిజంగా జరిగిన కథ.

ఆరోజుల్లో అంటే నైజాం నవాబులు పరిపాలించిన రోజుల్లో వాళ్ళ రాజ్యంలో యదార్థంగా జరిగిన సంఘటన.

అది చలికాలం.

మొత్తం హైద్రాబాదులోనే కాకుండా, కర్నాటకా, మహారాష్ట్ర రాష్ట్రాలలోకూడా ఈ కథ వ్యాపించి ఒక సంచలనాన్ని కలిగించింది. ప్రజలంతా భయంతో గజ గాజా వణికి పోయారు. ప్రతీ రోజూ ప్రతీ యింట్లో ఈ కథ చెప్పుకుంటూ ఉండేవారు.

రవికాంత్ నిద్రలేచి, స్నానం చేసి, అప్పుడు తీరికగా కూర్చున్నాడు.

అప్పటిదాకా కుతూహలాన్ని ఆపుకొని, తన అన్నగారు, మిగితా మిత్రులు కూడా ఏంటో ఆతృతగా అసలు ఏం జరిగింది చెప్పు అని రవికాంత్ ని అడిగారు.

మేమందరమూ చాలా గాబరా పడిపోయాము.

కొంతమంది నీవు పరాయి స్త్రీ వెనుక వెళ్లడం మాకు వచ్చి చెప్పారు.

ఏం జరిగింది? ఆమె ఎవరు?

నీవు ఆమె వెనుక ఎక్కడికి వెళ్ళావు?

జరిగిందేమిటో సరిగ్గా చెప్పు, అని అడిగారు.

దానికి సమాధానంగా, అన్నయ్యా, ఏం జరిగిందంటే నేను పోస్ట్ ఆఫీస్ కి వెళ్లి, నా అప్లికేషన్ పోస్ట్ చేసి వస్తుంటే, ఒక అందమైన అమ్మాయి వచ్చి నా పెన్ను

తీసుకుని నాకే వాపసు ఇవ్వకుండా వెళ్లిపోతుంటే, మరి ఏమి జరిగిందో నాకు తెలీదు.

ఒక సమ్మోహన శక్తి, ఒక ఆకర్షణ శక్తి నన్ను ఆ అమ్మాయి వెనుక వెళ్లేదత్తు చేసింది.

చూడటానికి ఆ అమ్మాయి మామూలుగా నడుస్తున్నట్టుగానే వుంది కానీ నేను మా ఇద్దరిమధ్య దూరాన్ని తగ్గిచ్చాలంటే పరిగెత్తవలసి వచ్చింది.

అన్నయ్యా మాకు తెలుసు అలా పరిగెత్తకూడదని

అది సభ్యతగా ఉండదు కదా

నేను ఆ అమ్మాయి వెనుక అలా పరిగెత్తుకుని వెళ్లడం

చూడటానికి ఆ అమ్మాయి మామూలుగా నడుస్తున్నట్టుగానే వుంది కానీ నేను మా ఇద్దరిమధ్య దూరాన్ని తగ్గిచ్చాలంటే పరిగెత్తవలసి వచ్చింది.

అన్నయ్యా మాకు తెలుసు అలా పరిగెత్తకూడదని

అది సభ్యతగా ఉండదు కదా

నేను ఆ అమ్మాయి వెనుక అలా పరిగెత్తుకుని వెళ్లడం మంచిలక్షణం కాదని తెలిసినా కూడా నన్ను నేను నిగ్రహించుకోలేక ఏదో శక్తి నన్ను లాక్కుని వెళ్తున్నటుగా అనిపించింది. అందుకే నేను ఆవిడ వెనుక వెళ్ళిపోయాను.

అని జరిగిన కాదంటా యధా తదంగా వాళ్లందరికీ చెప్పాడు.

అది విన్నాక, అయితే నువ్వు ఎక్కడికి వెళ్ళావో, ఏ సందులో తిరిగావో, అన్నీ నీకు గుర్తున్నాయా?

నీవు గుర్తు పట్టగలవా?

అని వాళ్ళు అడిగారు.

అన్నయ్యా నేను చెప్పగలను అని అనగా అందరు బట్టలు మార్చుకొని గబా గబా తయారై సైకిళ్ళ మీద బయలుదేరారు.

అలా బయలుదేరి రవికాంత్ ముందు వెళ్తుండగా అతని అన్నయ్యా, మరియు యిద్దరు మిత్రులుకూడా రవికాంత్ వెనక సైకిళ్ళమీద వెళ్ళసాగారు.

వాళ్ళందరూ ప్రయాణం చేస్తూ బొల్లారం దిశగా వెళుతూ అక్కడ ఒక పాడుబడ్డ భవనం దగ్గర ఆగారు.

వాళ్లకి స్పృహ వచ్చి చూసేసరికి అది బొల్లారం దగ్గర ఒక పాడు స్మశానం. అక్కడ అన్నీ పాడుబడ్డ సమాధులు, పుచ్చి మూళ్ళ చెట్లతో భయంకరంగాను, అసహ్యంగానూ వుంది.

అన్నయ్యా, ఈ భవనం దగ్గరకి వచ్చాను.

కానీ ఆ భవనం యిలాగే లేదు.

బ్రహ్మాండంగా ఉండాలి.

అందమైన పాలరాతి బొమ్మలు చెక్కబడి వున్నాయి.

ఈ మెట్లుకూడా చాలా అందంగా ఉండాలి.

పెద్దపెద్ద తలపులతో, మంచి మంచి నగిషీలతో ఏంటో అందంగా ఆకర్షణీయంగా ఉండాలి.

తివాసీలు కూడా చాలా అందంగా, ఆకర్షణీయంగా ఉండాలి.

ఈ చుట్టుప్రక్కనంతా మంచి ఉద్యానవనం ఉండాలి, అని ఆశ్చర్యపడుతూ వాళ్ళని తీసుకొని వెళ్ళాడు.

అక్కడి మెట్లన్నీ విరిగిపోయి వున్నాయి.

ఆ విరిగిన సందుల్లోంచి ముళ్ళ మొక్కలు పెరిగి వున్నాయి.

కొన్ని బీటలు పడిపోయాయి.

కొన్ని గదులకు పైన కప్పులేదు.

కొన్ని సోఫాలు కనిపిచ్చాయి.

వాటిలోంచి కొన్ని ఎలుకలు పరిగెతుతూ వున్నాయి.

(మరి పాడుబడ్డ బంగాళా లో ఎలుకలు పందికొక్కులు పరిగెత్తక, వైజయంతిమాలా వచ్చి డాన్స్ చేస్తుందనుకున్నావా, అని రవికాంత్ తన మనసులో అనుకున్నాడు.)

లోపల చూస్తే అన్నీ గదులన్నీ విశాలంగా వున్నాయి గానీ.

చాలా శిధిలమైపోయి వున్నాయి.

రెండు మూడు పాములు వీళ్ళు రాగానే అటూ యిటూ పరిగెత్తడం మొదలు పెట్టాయి.

ఎలుకలు హాయిగా కాపురం చేస్తున్నాయి అక్కడ. డాన్సులు కూడా చేస్తున్నాయి.

అంటా భీబత్సరంగా భయంకరంగా ఉంది.

గబ్బిలాలు అటూ యిటూ ఎగర సాగాయి.

ఇంతలో ఏదో ధం అనే చప్పుడుతో వీళ్ళ పక్కనే పడింది.

దెబ్బకి అందరూ గాబరా పడిపోయారు.

కాస్త సంభాళించుకున్నాక అదేమిట్రా నీవు చెప్పినదానికి, యిక్కడ ఏమీ పోలికలు లేవు.

యెంత భయంకరంగా వుంది, అని అన్నాడు అతని అన్నయ్య.

అవును అన్నయ్యా, నేను యిక్కడికి తీసుకువచ్చినప్పుడు, యిలా లేదు ఈ భవనం.

చాలా అత్యానుదికంగా ఉండాలి.

యిదిగో ఈ మక్మాల్ సోఫామీద నేను కూర్చున్నాను.

చాలా మెత్తగా ఉండాలి.

విచిత్రంగా వుందే.

అప్పుడు యిక్కడ వున్న చిత్రపటాలు కూడా యిక్కడ కనిపించడంలేదు.

మరి అప్పుడు బంగారంతో కావారింగ్తో వున్న సోఫాలు ఉండాలి. అవికూడా యిక్కడ కనిపించడంలేదు.

యివన్నీ వాళ్ళు ఆలోచిస్తుంటే వాళ్లకి అన్నీ విషయాలు రూఢిగా తెలిసిపోయాయి.

వాళ్ళు యిలా అనుకున్నారు.

ఆ కనిపించిన అమ్మాయి మానవమాత్రురాలు కాదు.

కామినీ పిశాచం అంటారు.

వాటికి ఏంటో శక్తి ఉంటుంది.

భ్రాంతికూడా కలిగించే శక్తి ఉంటుంది.

బహుశా ఆ పిశాచి నిన్ను పట్టుకుని ఉంటుంది.

అని ఆలోచన రాగానే వాళ్ళు ఏంటో భయపడి పోసాగారు.

అక్కడినుంచి యెంత త్వరగా బయటపడితో అంత బాగుంటుందనుకొన్నారు.

అక్కడి వాతావరణంలో కూడా మార్పురావడం వారికి కనిపిస్తూనే వుంది.

వాళ్ళంతా గగుర్పాటు చెంద సాగింది.

వెంట్రుకలు నిక్కపొడుచుకున్నాయి.

వాళ్ళు పీలుస్తున్న గాలికూడా ఏంటో భయంకరంగా వుంది.

ఎందుకొచ్చారు మీరు.

అని ధ్వని సంకేతాలు వారికి వినిపించసాగాయి.

మనసులో ఆలోచనలు ఉంటే, మనకు ధ్వనులుకూడా అలాగే వినిపిస్తూ ఉంటాయి.

ఇవేవి కొత్తకాదు.

అందులో ఇలాంటి కధలు వింటున్నాం కాబట్టి వాలందరూ కూడా చాలా భయపడ్డారు.

అక్కడనించి వచ్చినంత వేగంగానే తిరుగు ప్రయాణం సాగించి సాయంత్రానికి వాళ్ళు గది చేరుకున్నారు.

అక్కడ గదిలో కూర్చుని తీరికగా అన్నీ విషయాలు చర్చించసాగారు.

వాళ్లకి ఈ కొంచం విషయం కూడా అవాహగానా లేదు.

అంటా తికమకగా వుంది.

మనసంతా ఏంటో బాధగా వుంది.

ఏదో చెప్పలేని దిగులుతో వారంతా వున్నారు.

అందరూ చిన్నవాళ్ళే.

అనుభవం లేదు.

ఎవరి దగ్గరకు వెళ్ళాలి, ఏమి చేయాలి, యిదంతా మాయా లేక భ్రాంతియా, ఎటూ తేల్చుకోలేకుండా వున్నారు.

వీడు స్వతహాగా చాలా తెలివికలవాడు.

జ్ఞ్యాపక శక్తి కలవాడు.

చాలా మంచివాడు.

మరి వీడు ఈవిడ వలలో ఎలా పడివుంటాడు.

యింట వివరంగా అన్నీ చెపుతూ వున్నాడు.

తీరా మరి యిక్కడికి వచ్చేసరికి చూస్తే అక్కడ మరి ఏమీ లేదు కదా.

అనుకోని అక్కడే అద్దెకు వున్నా కొంతమంది సంప్రదించారు.

అక్కడ అద్దెకు ఉన్నవారిలో ఒక మహారాష్ట్ర కుటుంబం ఒకటి వుంది.

అతనికి యివన్నీ తెలుసు.

అని అతను సంప్రదించినవారిలో ఒకరితో చెప్పి అతని దగ్గరికి తీసుకొని వెళ్ళాడు.

అతనికి జరిగిందంతా వివరంగా చెప్పారు.

అంటా విన్నాక, అతను నాయనా ఈ నైజామ్ వారి ప్రభుత్వంలో అనేక క్షుద్ర విద్యలు ప్రబలుతున్నాయి.

ఎంతోమంది తాంత్రికులు వచ్చిన వారి శత్రువుల మీద తాంత్రిక ప్రయోగాలు చేస్తూ వుంటారు.

అందులో నాందేడ్, మరియు కొన్ని ప్రాంతాలలో ఈ తాంత్రిక విద్యలు చేస్తూ వుంటారు.

అయితే దీనికి విరుగుడు చేసే వారు చాలా మంది వున్నారు.

సాధారణంగా ఏ కోరికలూ తీరకుండా చనిపోయినా, ఆత్మ హత్య చేసుకున్నా, ఆడవాళ్లు యవ్వనంలో చనిపోయినా, ఒక భూమికలో తిరుగుతూ వుంటారు.

వారికి స్థూల శరీరం ఉండదు.

ఒక గాలి ఆకారంగా తిరుగుతూ వుంటారు.

కానీ వారిలో తీరని కోరికలు ఉంటాయి.

అప్పుడు ఎక్కడో ఒకడు ఈ కామినీ పిశాచికి తగిన మంత్రం చేసినప్పుడు ఆ మంత్రం యొక్క ధ్వనికి వీరు ఆకర్షింప బడతారు.

అయితే ఆ మాంత్రికుడు ఎవరి గురుంచి ప్రయోగం చేస్తారో ఈ గాలి రూపంలో వున్నా స్త్రీలందరు కూడా ఆ వ్యక్తి వైపు ఆకర్శించబడి అతనిని గట్టిగా పట్టుకుంటారు.

మరి వీరిని నానా రకాలుగా అంటారు.

బాణవతి విద్య అంటారు.

అది ఏమి ఏమైనా ఇది ఒక రకమైన క్షుద్ర విద్యే.

ఇది చాలా అమోఘమైన శక్తి కలిగి ఉంటుంది.

ఒక పట్టాన వీటికి విరుగుడు చేయడం సాధ్యం కాదు.

అయినా మీరేమీ గాబరా పడకండి.

అయితే మీరు విరుగుడు చేయాలో వద్దో నిర్ణయం చేసుకోండి.

తరువాత ఏం చేద్దామో చూద్దాం, అనిమాత్రమే చెప్పగలిగాడు.

అప్పటికి మెల్ల మెల్లగా చీకటి పడుతోంది.

వీళ్ళలో కొంతమంది బిక్కు బిక్కు మంటూ వున్నారు.

కొంత మంది ధైర్యంగా కూడా వున్నారు.

దాంతో ఒక మిత్రుడు అన్నాడు, ఈ రాత్రంతా హనుమాన్ చాలీసా చదువుతూ కూర్చుందాము, అని అన్నాడు.

అది చదివితే భూత పిశాచాలు మన దగ్గరకు రావు అని మనం చదువుకున్నాం కదా, అని అన్నాడు.

అలాగే అని మనమందరం హనుమాన్ చాలీసా చదువుకుందాం అని ఒకరికొకరు అనుకుని ఈ రాత్రంతా హనుమాన్ చాలీసాని చదువుకుందాం అని డిసైడ్ చేశారు.

అప్పుడు రవికాంత్ తన రూంలో పడుకోగానే గాఢ నిద్రలోకి వెళ్ళిపోయాడు.

మిగతా వాళ్ళందరూ, ఆ మంచం పక్కనే చాపలు వేసుకొని, హనుమంతుని ఫోటో ఒకటి పెట్టుకొని, హనుమాన్ చాలీసా చదవడం మొదలుపెట్టారు.

వారిలో ఒకడు, చూద్దాం, ఈ హనుమంతుని ఫోటో పెట్టుకున్నాం కాబట్టి మనకు ఏమీ కాదు. అని అలా మాట్లాడుకో సాగారు.

అలా ఆ రాత్రి ప్రశాంతంగా గడచిపోయింది.

రెండో రోజు రాత్రి మాత్రం వీళ్లంతా నిద్రాదేవి వొడిలో జారిపోయారు.

దాదాపు అది అర్ధరాత్రి సమయం.

పన్నెండు గంటలు దాటిపోయింది.

చీమ చిటుక్కుమన్నా శబ్దం వినిపిస్తుంది.

అందరూ నిద్ర పోతూండగా యిక్కడ రవికాంత్కి ఎందుకో మెలుకువ వచ్చింది.

దుప్పటి తీసి బయటకు చూడగానే కిటికీ దగ్గర మోహినీ అనే కామ పిశాచి కనిపించింది.

=========

ఒక్కసారి - మోహిని కథ పార్ట్ 5

ఇది నిజంగా జరిగిన కథ.

ఆరోజుల్లో అంటే నైజాం నవాబులు పరిపాలించిన రోజుల్లో వాళ్ళ రాజ్యంలో యదార్థంగా జరిగిన సంఘటన.

రవికాంత్ ఒక్కసారిగా చూసాడేమో ఉల్లిక్కి పడ్డాడు.

ఆ అమ్మాయి ఎటువంటీ భావాలు లేకుండా కేవలం నవ్వుతు అతని వైపు చూస్తూ వుంది.

మీరు ఏమేమి మాట్లాడుతున్నారో, ఏమేమి చేస్తున్నారో, ఏమేమి అనుకుంటూన్నారో,నాకంతా చెలుస్తూనే వుంది.

హనుమాన్ చాలీసా చేసినంత మాత్రాన నేనుయ్ మీ దగ్గరకి రాను అని అనుకుంటున్నారు కదా.

అలా ఏమీ లేదు.

మీరు హనుమాన్ చాలీసా చదివినాకూడా నేను నీ దగ్గరకి రాగాలను చూడు.

నేను వస్తున్నాను అని ఆ కిటికీ నుంచి, ఆ గోడలోంచి ప్రవేశించి, ఆ గదిలోకి వచ్చి ఆటను పడుకున్న మంచం మీద కూర్చుంది.

చూసావా, నేను నీకు అప్పుడే చెప్పాను.

నేను సర్వ శక్తివంతురాలిని

ఏపనైనా చేయగలను.

అని అప్పుడే చెప్పను.

అయినా నీకు అనుభవం లేదు కాబట్టి మీరు నమ్మడం కష్టమే.

మీరు హనుమాన్ చాలీసా చదివారు.

అయినాకూడా ఆ శక్తి ఆపలేక పోయింది.

నేను నీ దగ్గరకు రాగలిగాను.

నీకు ఆలోచించుకోమని సమయమిచ్చాను.

ఏమాలోచించావు

నీవు ఏమి ఆలోచించినా ఆలోచించక పోయినా, నీవు నా దగ్గరకి వచ్చినా, రాక పోయినా, నాకెటువంటి తేడా లేదు.

నాకు కావలసిన పని నేను చేసుకుని తీరుతాను.

కాబట్టి నీవు అనవసరంగా పెనుగులాడకుండా నేను చెప్పినట్టు నాతో కలిసి వుండు.

మరొక్కసారి చెపుతున్నాను విను.

ఈ ప్రపంచంలో వున్నా ఐశ్వర్యమంతా నీ పాదాలముందు నేను పోస్తాను.

అవన్నీ నకిలీవి కాదు.

నేనిచ్చిన బంగారు నగలు కానీ, బంగారు నాణేలు కానీ, ఎంతో స్వచ్ఛమైనవి.

అయినా నిన్ను చూస్తుంటే నిన్ను హింసించాలని
అనిపించడంలేదు.

నీవు మనస్పూర్తిగా ఒప్పుకుంటూనే నాకు సంతోషంగా ఉంటుంది.

కాబట్టి నీవు మరొక్కసారి ఆలోచించుకో.

నీవు మనిషిగా వుంది నీ ప్రాథమిక స్థాయిలో వున్నా సుఖాలను చవి చూసి దానికే నీవు ఉబ్బి తబ్బిబయిపోతున్నావు.

నా స్థాయిలోని సుఖాలను కనుక నీవు చవిచూస్తే నీ మానవ జన్మలోని

సుఖాలని ఎందుకూ పనికిరావని నీవే అంటావు.

అలాంటి సుఖాలను నీకు నేను అందిస్తాను.

కాబట్టి నీవు నన్ను ప్రేమించు.

నీదాన్ని చేసుకో.

హాయిగా మనం కలిసి కాపురం చేద్దాం.

ఒకవేళ నీ ఆయుష్షు మాత్రం ముప్పై ఏళ్ళు తగ్గిపోతే ఏమవుతుంది?

నీ తదనంతరం కూడా నీ అన్నదమ్ములకు ఏ లోటూ రాకుండా నేను చేస్తాను.

అయినా నేను నిన్ను తొందరపెట్ట దలచుకోలేదు.

నా శక్తి నీకు తెలియాలి.

మనస్ఫూర్తిగా నా శక్తి నీవు తెలుసుకొని, నా ప్రతిపాదనను నీవు

అంగీకరిస్తావని నాకు నమ్మకం వుంది.

అని చెప్పేసి ఆవిడ అక్కడనుంచి వెళ్ళిపోయింది.

కాసేపు అయినా తరువాత రవికాంత్ తన అన్నయ్యాను, మరి ఇతర స్నేహితులని లేపాడు.

అన్నయ్యా మీరంతా అలా ముసుగు పెట్టుకొని పడుకుని వున్నారు.

ఈలోగా ఆ అమ్మాయి రానేవచ్చింది.

అని చెప్పగానే వీళ్లంతా ఆశ్చర్యపడటమే కాకుండా చాలా భయపడి పోయారు కూడా.

బ్రతికామరా బాబు, ఆవిడ వచ్చినప్పుడు, మనం మెలకువగా లేము.

లేకపోతె గుండె ఆగి డాం అని చచ్చేవాళ్ళం.

అదేముంది ఆవిడ లేనప్పుడు మనం ధైర్యంగా ఏం మాట్లాడినా ఆవిడ నిజంగా ఎదురైతే అప్పుడు మనం మాట్లాడ గలుగుతామా.

స్పృహ తప్పి పడిపోతామో లేక ప్రాణాలు లేకుండా ఉంటామో ఏమీ చెప్పలేము.

అయినా ఎలా ఉందిరా ఆ అమ్మాయి? అని వాళ్ళ అన్నయ్య అడిగాడు.

చెప్పానుగా అన్నయ్య ఆ అమ్మాయి చాలా అందంగా ఉంటుందని, చూస్తుంటే అలాగే చూస్తూ వుండాలని అనిపిస్తుంది.

ఆవిడ దేవా కన్య లాగా ఉంటుంది తప్ప మానవ కన్యలాగా ఉండదు.

కానీ అన్నయ్యా ఆవిడలో మంచి సంస్కారాలు వున్నాయి.

పిశాచి లక్షణాల కన్నా దైవ లక్షణాలు కలిగి మంచి సంస్కార వంతురాలిగా కనిపిస్తుంది.

ఆవిడ మాట్లాడే మాటల్లో విజ్ఞ్యానం కనిపిస్తూ ఉంటుంది.

అదే నాకు చాలా ఆశ్చర్యంగా వుంది.

మనం హనుమాన్ చాలీసా చదివాము కదా.

అంత చదివాక కూడా ఆ అమ్మాయిని ఏమీ చేయలేక పోయింది.

అదే నాకు అర్ధం కావడంలేదు.

అన్నయ్యా, ఆవిడ నీకేమి చెప్పిందంటే, నన్ను కొన్ని రోజులు ఆలోచించుకోమని చెప్పింది.

నాకు ఏమి చేయాలో తోచడంలేదు.

అయినా ఆమె చెప్పినదాంట్లో మీసంఐనా నాకు ఆసక్తిలేదు, అని రవికాంత్ చెప్పాడు.

అతని అన్నయ్యా, వారి మిత్రులు కూడా అతని అవస్థని చూసి బాధపడ్డారు.

వాళ్ళూ వీళ్లూ చెప్పగా, అందరి మాంత్రికులను సంప్రదించారు.

ముఖ్యంగా నాడెడ్ మరి ఇతర ప్రాంతాలలో నుంచి వచ్చిన మాంత్రికులతో మరియు తయాత్రికులతో వీరందరూ సంప్రదించారు.

వాళ్ళు చెప్పినట్టుగానే, అన్ని తాయత్తులూ, అన్ని ప్రయోగాలు, ఎక్కడ పెట్టాలో, అన్ని విధాలా ప్రయతించారు, ఈ పిశాచి నుండి తప్పించుకోవడానికి.

యెంత చేసినా కూడా ఏ మాత్రం ప్రయోజనం లేకపోయింది.

ఆవిడ తన మానసిక శక్తి బలంతోనే రవికాంత్ కట్టుకున్న తాయత్తులన్నీ అతని చేతితో అతనే తీసి పారేసేట్టుగా చేస్తూ ఉండేది.

అసలు ఆ తాయత్తు ఒంటిమీద ఉన్నంతసేపూ అతని దగ్గరకి మాత్రం వచ్చేది మాత్రం కాదు.

కొన్ని సందర్భాలలో రవికాంత్ని వేరే లోకాలకు కూడా తీసుకు వెళ్లడం జరిగింది.

ఆ కామ పిశాచికి అమోఘమైన, అద్భుతమైయినా శక్తులు వున్నాయి.

అదృశ్య రూపంలోకూడా అన్నీ లోకాలకు రవికాంత్ని తీసుకుని వెళ్లి అక్కడ ఎన్నో శాస్త్రాలు, ఉపనిషత్తులు అన్నింటిని ఆమె చెపితే తాను చాలా ఆశ్చర్య పడ్డాడు.

అతనికి వేదాల గురించి కానీ ఉపనిషత్తుల గురించి కానీ ఏమాత్రం జ్ఞ్యానం లేదు.

అయితే ఆమె మాట్లాడుతున్నప్పుడు, ఆమె ఒక మహా పండితురాలిగా మహా

విద్యావిసిరాలుగా మాట్లాడు తుంటే ఈ రవికాంత్ ఒక శిష్యుడిలాగా అన్నీ విషయాలు వింటున్నట్టుగా భావించేవాడు.

ధర్మార్థ కామాల మోక్షాల గురించి హరిశద్వార్గాల గురించి ఆవిడ మాట్లాడని విషయమంటూ ఏమీ లేదు.

అయినాకూడా అతని మీద వున్నా ప్రేమ మీద కామాన్ని తట్టుకోలేక బలవంతంగా ముద్దు పెట్టుకోవడం, గట్టిగా
కౌగిలించుకోవడం,ఇలాంటివి
చేస్తున్నప్పుడు అతను ఆ బాధ తట్టుకోలేక స్పృహ తప్పి పడిపోతుండేవాడు.

యిలాగే ఒక రోజు అతని గదిలో వున్నాడు.

మరి వీళ్లంతా దేవుడి గురుంచి ప్రార్థనలు చేశారు.

వాళ్లంతా పడుకొని వున్నారు.

ఈ లోపల వారికి ఏదో చప్పుడు వినిపించింది.

స్వాస ఆడకుండా, గూడా గూడా అని చప్పుడు వినిపించింది.

ఆ మంచంమీద తన తమ్ముడు ఎవరితోనో పెనుగులాడుతున్నటుగా అనిపించింది.

ఏమయిందిరా అని ధైర్యం చేసి వాడి దుప్పటి పట్టుకుని గట్టిగా బలవంతంగా లాగి ముసుగు తీసి చూడగా అతని ముఖం మీదా బుగ్గల మీదా పళ్ళ ఘాట్లని చూసి వాళ్ళు ఆశ్చర్య పడిపోయారు.

భయపడి పోయారు.

నీరసంగా వున్నాను అని మంచినీళ్లు అడిగితె వాళ్ళు అతనికి మంచినీళ్లు త్రాగించారు.

ఏమయిందిరా నాయనా అని అడిగితె అన్నయ్యా ఏముందీ ప్రతీ రోజూ వస్తుంది, శాస్త్రీయ చర్చలు చేస్తుంది, ఎన్నో రకాలుగా ప్రాధేయ

పడుతుంది, కన్నీళ్లు పెట్టుకుంటుంది, ఆఖరికి తన కామాన్ని అదుపులో పెట్టుకోలేక నన్ను గట్టిగా కౌగలించుకుంటుంది.

ముద్దు పెట్టుకుంటుంది.

దాని ఫలితంవాళ్లే నేను యిలా నీరస పడిపోతుంటాను.

ఈలోపల మీరు లేపారు.

మరి నా చేరుకున్న తాయత్తులన్నీ నా ద్వారానే నేను బయట పడేసేటట్టు చేసింది, అని వాళ్లకు చెప్పాడు.

వాళ్లకి ఏమీ అర్థం కావడంలేదు.

మామూలుగా కామ పిశాచాలంటే ఏంటో క్రూరంగా ఉంటాయి కదా.

కానీ మనవాడు ఈ అమ్మాయిలో ఏంటో సంస్కారం ఉందని చెపుతూ ఉంటాడు.

ఈ మధ్య మనవాడు ధోరణి కూడా మారింది.

యిప్పుడు వీడు కూడా ఎన్నో విజ్ఞ్యానపరమైన విషయాలు చెప్పుతున్నాడు.

వారి భగవంతుడా ఈ బానవాటినుంచి ఎలా బయట పడాలి.

అప్పటికే ఎంతోమంది మాత్రికులని కలిసాడు కానీ లాభం లేక పోయింది.

యిలా రోజులు గడుస్తున్నాయి.

అన్నగారు ఒకసారి యిలా అన్నారు.

అసలు ఆ అమ్మాయి పుట్టుపూర్వోత్తరాలు మెల్లగా తెలుసుకోరా.

సరే అని ఒక రోజు రవికాంత్ ఆ అమ్మాయితో అన్నాడు.

అది ఏమనగా, నీవు అద్భుతమైయినా సౌందర్యవతివి, అందానికి మించిన సంస్కారం వుంది, యిన్ని విషయాలు నాకు వివరమ్మగా, సూక్ష్మంగా చెపుతున్నావు, సంస్కృతి విషయాలూ చెపుతున్నావు, శ్లోకాలు చెపుతున్నావు, యిన్ని ఉండికూడా ఈ తుచ్ఛమైన కోరికలన్నీ ఎందుకు జయించలేకుండా వున్నావు?

నాకు చాలా ఆశ్చర్యంగా వుంది.

నీవు నాకు మంచి స్నేహితురాలిగా వున్నావు.

ఎన్నో విజ్ఞ్యానపరమైన విషయాలు చెప్పావు.

ఎందుకు నీవు ఈ తుచ్ఛమైయినా కామాన్ని ఆపుకోలేక పోతున్నావు? అని అనగా, ఆమె కన్నీళ్లు పెట్టుకుంది.

మేము మానవులతో కూలాంశకంగా చర్చించము.

మా పని ఏదో మేము కానిస్తాము.

నాకు నిన్ను చూస్తుంటే నేను నిన్ను బాధ పెట్టాలనిపించడంలేదు.

కానీ ఆఖరి క్షణంలో నా కోరికలను నిగ్రహించుకోలేకపోతున్నాను.

సరే నా కదా వింటానంటున్నావు కదా. చెప్తాను, విను.

అని తన కదా రవికాంత్ తో యిలా చెప్పా సాగింది.

నేను కృష్ణా జిల్లాలో ఒక అగ్రహారంలో ఒక బ్రాహ్మణా కుటుంబంలో పుట్టాను.

మా నాన్నగారికున్న ఎన్నో ఎకరాల భూమితో వ్యవసాయం చేసుకుంటూ ఉండేవారు.

వేదాలు ఆయన క్షుణ్ణంగా చదివారు.

అంటే కాకుండా మంత్రం తంత్రాలలో కూడా ఆయన దిట్ట.

ఆ చుట్టుపక్కల వంద గ్రామాలలో దాకా మా నాన్నగారి గురించి తెలియని వాళ్ళు లేరు.

ఆయన అన్నీ వేదాలలోని కాకుండా మంత్రం తంత్ర విద్యలలో కూడా చాలా ప్రావీణ్యం వుంది. మా నానాగారికి ఆంగ్ల విద్య అంటే సరిపడదు.

మన స్వధర్మాన్ని మనం గట్టిగా పట్టుకోవాలి.

పర ధర్మాన్ని మనం పెట్టుకోకూడదు అని ఆలోచిస్తూ ఉండేవారు.

మరి రాను రాను బ్రాహ్మణ్యం తత్త్వం ప్రభుత్వం నుంచి తగ్గిపోయింది.

వేదం పాఠాలు నేర్చుకునేవారు కరువైయారు.

అలాగే పౌరోహిత్యం చేసుకొని బ్రతుకుదామన్నా సంఘంలో అంత గుర్తింపు లేకుండా పోయింది.

వచ్చే సమభావన కూడా అంతంత మాత్రమే.

ఇంగ్లీష్ చదువులు మెల్లగా పెరగడం వలన ప్రజలు యజ్ఞాలు, యాగాలు చేయడం తగ్గించేశారు.

ఒకవేళ వారు పూజలు వ్రతాలు చేసినా కూడా అవి కడుపుకి సరిపోయేటట్టుగా ఉండేవి కాదు.

ప్రజల్లో దాన ధర్మాలు కూడా కొద్దీ కొద్దిగా తగ్గిపోయాయి.

బ్రహ్మణ్యానికి రాను రాను విలువ తగ్గిపోయింది.

ప్రభుత్వ ఉద్యోగాలలో కూడా బ్రాహ్మణులకి ఎటువంటి ప్రాముఖ్యత లేకుండా పోయింది.

బ్రాహ్మణులంటేనే సంఘం వేలి వేసేటట్టుగా తయారైంది.

అటువంటి దిక్కు తోచని పారిస్తుతుల్లో మా అన్నగార్లిద్దరూ ఆంగ్ల విద్యను అభ్యసించి **MA** లో పట్టభద్రులై ఏదో ఒక ప్రైవేట్ కాలేజీలో ఉద్యోగాలు చేసుకుంటూ వూరు విడచి వెళ్లిపోయారు.

దానికి మా నాన్నగారికి కోపం వచ్చి యింగిలీషు వాళ్ళని కాపీలు చేస్తున్నారు.

పిలకలు తీసేసారు.

వేదాలు మర్చిపోయారు.

వారు భ్రష్టులైపోయారు.

నా యింటికి రానక్కరలేదు అని ఆంక్ష వేసి వాళ్ళని బహిస్కారం చేశారు.

అయితే ఆ రోజులలో ప్రైవట్ కాలేజీలలో జీతాలు అంతంత మాత్రంగానే ఉండేవి.

ఈ మధ్యలో నా పెళ్లి ప్రయత్నాలు చేయవలసి వచ్చింది.

అన్నగారిద్దరూ మా తండ్రిగారిని వదిలి పెట్టి వెళ్లిపోయారు.

వాళ్ళు ధన సహాయం చేస్తానంటే మా తండ్రిగారు ఒప్పుకోలేదు.

ఆయన మహా పట్టుదలగల మనిషి.

దానం లేక పోయినప్పటికీ ఆయనకు మహా పంతంగా ఉండేది.

మా తల్లిగారు నా చిన్నప్పుడే పోయారు.

నేనేదో వంట చేస్తూ ఉండేదాన్ని.

అప్పుడప్పుడు నేను కూడా నా తండ్రిగారితో కూర్చొని వేదాభ్యాసం చేస్తుండేదాన్ని

నాకు కొన్ని మంత్రం శాస్త్రాలలో నాకు కొంచం ప్రవేశం కల్పించారు.

మాది కట్టుకుని నేను అన్నీ చేస్తూండేదాన్ని.

యిది యిలా ఉండగా, నా పెళ్లి గురించి నా తండ్రిగారు చాలా బాధ పడుతూ ఉండేవారు.

అయితే నా గురించి తగిన వరుడు మా నాన్నగారికి ఎక్కడా కనిపించలేదు.

బ్రాహ్మణులూ కూడా బ్రాహ్మణ్యం వదిలేసి ఇంగ్లీష్ చదువులకి పట్టణాలకు వెళ్లిపోవడంతో ఆయనకీ నాకు తగ్గ వరుడు ఎక్కడా కనిపించలేదు.

ఒకరోజు మా తండ్రిగారు చాలా దూరం వెళ్లి పండిత చర్చ చేసి వచ్చారు.

ఆరోజు ఆయన చాలా సంతోషంగా కనిపించారు.

అమ్మా అమ్మా నాకు యిప్పటికి తగిన అల్లుడు దొరికాడు.

నీకు తగిన భర్త దొరికాడు.

నేను యిన్నాళ్ళకు వూరికి వెళ్ళి అతని శాస్త్ర చర్చల్లో ఓడిపోయాను.

ఆటను ఏంటో ఘనమైన పండితుడు.

మహా విద్వాన్సుడు.

నీకు అతనిని యిచ్చి పెళ్లి చేస్తాను, అని ఏంటో సంతోషంగా అల్లుడు గురించి చెప్పాడు.

అయితే ఆ మర్నాడు మా తండ్రిగారు లేనప్పుడు చుట్టుపక్కల వున్నా అమ్మలక్కలు వేదం బ్రాహ్మణులూ వచ్చి కలసి అయ్యో అయ్యో మీ తండ్రిగారు నీ గొంతు కోసేస్తున్నారు.

ఎవరో చాలా ముసలి వాడు.

అరవై ఏళ్ళ పైబడిన వాడు.

నీకన్నా పెద్ద కొడుకు వున్నవాడు.

ఆటను పండిత చర్చల్లో మీ తండ్రిగారిని ఓడించాడుట.

అందుకని నీ తండ్రిగారు సంతోషించి అతడిని అల్లుడుగా చేసుకుందామని నిర్ణయించుకున్నాడు, అని అందరూ అంటున్నారు తల్లీ.

జాగ్రత్త పడు.

మంచి యవ్వనంలో వున్నావు.

నీ తండ్రితో సమ వయస్కుడైన ముసలి వాడితో నీ పెళ్లి చేయించి నీ బ్రతుకు సర్వ నాశనం చేస్తున్నాడు.

లేనిపోని చాదస్తాలన్నీ పెట్టుకొని నూరేళ్ళ నిండు జీవితాన్ని పాడుచేస్తున్నాడు మీ నాన్న, అని కాళ్ళ నీళ్లు పెట్టుకొని వాళ్లంతా వెళ్లిపోయారు.

బంధువులంతా వచ్చి చెప్పినాకూడా మా నాన్నగారు ససేమిరా వినలేదు.

మరి చక్కగా ముహుర్తంకూడా పెట్టుకొని వచ్చారు.

నేనా మరి చిన్నదాని.

అన్నగార్ల దగ్గరికి నన్ను మా నాన్నగారు వెళ్లనిచ్చే వాళ్ళు కాదు.

వాళ్ళని ఇక్కడకు రానిచ్చే వాళ్ళు కాదు.

సంసారంలో మాకు పేదరికం ఆసరాగా ఉండేది.

తండ్రిని కాదని నేను ఎక్కడికీ వెళ్ళలేను.

ఏంచేయాలో తెలియదు.

నేను ఆ దేవుడిమీదే భారం వేసాను.

ఇంతలో పెళ్లి ముహూర్తం నిశ్చయం చేసుకొని నాకు తండ్రి

వయస్కునితో వివాహం జరిపించారు.

నన్ను విడిగా మా నాన్నగారు కాపురానికి పంపించివేశారు.

అప్పుడే నేను వాయస్కురాలి నయ్యాను

కానీ నా మనసంతా ఆందోళనగా వుంది

ఎప్పుడూ నేను నా అన్నలగురించి, నా వదినలు గురించి ఆలోచిస్తూ ఉండెదాన్ని.

భగవంతుడా, ఏమిటీ నా జీవితం యిలా తయారైంది?

నేను మంచి మార్గంలో వెళ్ళాలా ఏమిటీ?

నా పరిస్థితి నాకే తెలియదు.

నా భర్తతో ఎలా ప్రవర్తించాలో నాకు తెలియదు.

చెప్పడానికి నాకు అన్నలు గానీ అక్కలు గానీ లేరు.

నాకు నావయసులాగా నాకు ఒక కొడుకు వున్నాడు.

వాడు నా వయసు కనుక చీటికీ మాటికీ నాతో దెబ్బలాడుతూ ఉండేవాడు.

నేనుకూడా చిన్నదాన్నే కాబట్టి నాకు కూడా కోపం ఉక్రోషం వచ్చేది.

నేనుకూడా అతనిని తిడుతుండే దాన్ని.

యిది యిలా గడచిపోతుండగా, మా యింటి ఎదురుగా ఒక స్త్రీ ఉండేది.

ఆ ఎదురింటి స్త్రీ నాతో చక్కగా పలుకరిస్తూ మాట్లాడుతూ ఉండేది.

ఆమె ఎప్పుడూ శాంతి వచనాలు చెపుతూ ఉండేది.

దైవ వచనాలు చెబుతూ చాలా ప్రేమగా ఉండేది.

నేనుకూడా ఆమెని పిన్ని గారూ, పిన్ని గారూ అని పిలుస్తుండేదాన్ని.

ఎందుకంటె ఈ పిన్ని గారు తప్పితే నాతో ఎవరూ మాట్లాడేవారు లేరు.

అయితే ఈ పిన్నిగారు మాటల్లో దించి, ఏమిటే, నీ సంసారమంతా పాడైపోయింది కదా నీ జీవితమంతా అడవికాచినా వెన్నల అయింది కదా.

ఏంటో చక్కగా దాంపత్య జీవితం గడుపుతూ సుఖ సంతోషాలతో ఉండవలసిన నీవు యిలా మడికట్టుకు కూర్చుని ఎందుకు వుండవలసి వచ్చింది?

నీ అందమంతా ఎందుకూ పనికిరాకుండా పోయింది కదే.

నిన్ను చూస్తుంటే నాకు జాలి వేస్తుంది.

కడుపు తరుక్కు పోతుంది.

మెల్లిగా మెల్లిగా స్త్రీ సౌఖ్యాల గురించి, స్త్రీ సంతోషాల గురినిచి, అనేక మాటలు చాపుతూ, సామెతలు కూడా చెపుతూ ఉండేది.

నాలో కామ కోరికలు వున్నా, నాలో చాలా దృఢమైన సంస్కారాలు వున్నాయి కాబట్టి వాటిని అంగీకరించలేక పోయాను.

అప్పుడప్పుడు నా కొడుకులాగా వున్నవాడు నన్ను కొచం హింసిస్తూ ఉండేవాడు.

మాటలతో బాధపెడుతూ ఉండేవాడు.

నేనూ, ఆ అబ్బాయి ఒకే వయసు కాబట్టి, నాకు కోపం వుద్రోకశం వస్తూ ఉండేది.

ఆ సమయంలోనే ఎదురింటి పిన్ని గారు ఎక్కిస్తూ ఉండేవారు.

ఏమిటమ్మా తల్లి అనే గౌరవం లేకుండా ఇష్టమొచ్చినట్లు వ్యవహారం చేస్తున్నాడు.

వేడిని వదిలించుకోవాలంటే, ఈ ఎలక మందుని ఈ లడ్డూ లో పెట్టు.

ఎవరికీ అనుమానం రాదు.

ఆ రోజు నేనూ ఆ అబ్బాయి చాలా ఘోరంగా దెబ్బలాడుకున్నాము

నాకు ఆ అబ్బాయిమీద చాలా కోపం వచ్చింది

అయితే ఆ పిన్నిగారు మాత్రం ఈ ఎలుకల మందు విషయాన్ని ఆ లడ్డూ లో కలిపి అక్కడ పెట్టేసింది.

నేనుమాత్రం నా ప్రమేయం ఏమీ లేకుండా చూసుకుని నిశబ్దంగా ఉండిపోయాను.

కొంచం సెపైయ్యాక నా కొడుకు వచ్చాడు.

ఆకలితో ఆవురు ఆవురు అంటూ ఆ లడ్డూ తిన్నాడు.

ఆర్ధరాత్రి లేచి, కడుపునొప్పితో గట్టిగా మూలగడం మొదలు పెట్టాడు.

ఏమిటీ యిలా జరిగిందీ అని అనుకున్నాడు.

బాగా తంటాలు పడ్డాడు.

నాకు చాలా భయం వేసింది.

నా మీద మా ఆయనకు అనుమానం వచ్చి నన్ను యింట్లోంచి వెళ్ళగొట్టాడు.

పుట్టింటికి వెళితే నా కన్నతండ్రి కూడా నన్ను అసహ్యించుకున్నాడు.

యింట్లోకి రానివ్వలేదు.

దిక్కులేని పరిస్థితులలో మా అన్నగారు వచ్చి నన్ను వారి యింటికి తీసుకొని వెళ్ళిపోయాడు.

మా అన్నగారి సంసారంకూడా అంతంత మాత్రమే.

ఎలాగో అలాగే రోజులు గడచి పోతున్నాయి.

అయితే నేను ప్రేమ వివాహం చేసుకున్న దగ్గరలో వున్నా ఒక లేడీ డాక్టర్ దగ్గరకు వైద్యం కోసం వెళుతూ వేండేవాళ్ళం.

ఆ లేడీ డాక్టర్ మంచి మనసు కలది.

మేము బీదవాళ్లం, డబ్బులిచ్చుకోలేమని తెలిసి మాకు ఉచితంగానే వైద్యం చేస్తూ ఉండేది.

యిలా రోజులు గడుస్తుండగా ఒకనాడు మాయింట్లో మా వదినగారి వొంట్లో బాగుండలేనందు వల్లఆ లేడీ డాక్టర్ గారి దగ్గరికి వెళ్ళాము.

కానీ ఆ రోజు ఆ లేడీ డాక్టర్ మనసు బాగాలేక ఎందుకో ఆ రోజు మమ్మల్ని చూసి కాసురుకుంది.

ఎన్నాళ్ళు మీరు ఉచితంగా వైద్యం చేయించుకుంటారు.

అసలు డబ్బులే యివ్వరుకదా మీరు.

ఎప్పుడుపడితే అప్పుడు వస్తారు.

మందులివ్వమంటారు.

అని ఆవిడ విసుక్కుంది.

నాకు కాస్త స్వాభిమానం ఎక్కువ కాబట్టి నేను కొంచం బాధ బడ్డాను. మాది ప్రేమ వివాహం.

నేనూ నా భర్తా చాలా అన్యోన్యంగా ఉంటూ చాలా సంవత్సరాలనుంచి యిక్కడే వైద్యం చేస్తున్నాము.

యిప్పుడు మా అత్తగారు మా మామ గారు వచ్చి మా ఆయనతో నాకు విడాకులు యిప్పిచ్చే ప్రయత్నంలో వున్నారు.

ఆ చికాకుల్లో నేను ఉండగా నీవు నా దగ్గరకు వచ్చి వైద్యం కావాలని అడిగావు.

అందుకే నేను కసురుకున్నాను.

ఏమీ అనుకోకు.

నా బాధలు నాకు వున్నాయి కదా, అని అంది.

ఆవిడకు నేను ధైర్యం చెపుతూ తెల్లవారేసరికి మీ కుటుంబ సమస్యలన్నీ తీరిపోతాయి.

మీ భార్యా భర్తలు అన్యోన్యంగా కలిసి మెలిసి వుంటారు.

నేను మీకు హామీ యిస్తున్నాను.

మీరు నాకు ఎంతో కాలంనుంచి సహాయం చేస్తున్నారు.

దానికి ప్రతిఫలంగా నేను మీకు ఈ ఉపకారం చేయదలచుకొన్నాను.

మీకు ఈ ఉపకారం చేయ దలచుకున్నాను, అని చెప్పి యింటికి వచ్చేసాను.

మా నాన్నగారు విధి విధానంలో ఒక మంత్రం శాస్త్రం చెప్పారు.

దాని వలన వేరే వారి ప్రారబ్ధ కర్మలు అనగా కామ, క్రోధ, లోభ, మోహ మద మాత్స్యర్యాలు, ఈ విధానం ద్వారా

వేరే వారు ఈ విధానం ద్వారా గ్రహించ వచ్చును.

దానితో వారు చేసుకున్న పాపమే కాకుండా ఎదుటివారు చేసిన పాపాలన్నీ కూడా నీళ్ల ఖాతాలో చేరుతాయి.

ఆ రాత్రి శుభ్రంగా స్నానం చేసి ఆ మంత్రం పరమైనటువంటి విధి విధానం రాత్రంతా చేస్తూ కూర్చున్నాను.

=======

ఒక్కసారి - మోహిని కథ పార్ట్ 6

ఇది నిజంగా జరిగిన కథ.

ఆరోజుల్లో అంటే నైజాం నవాబులు పరిపాలించిన రోజుల్లో వాళ్ళ రాజ్యంలో యదార్థంగా జరిగిన సంఘటన.

ఈ విధంగా ఆ డాక్టర్ గారి కామ క్రోధ లోభ మాడ మాత్సర్యాలు మరియు ఆమె చేసుకున్న ప్రారబ్ధ కర్మలన్నీ కూడా నేను గ్రహించాను.

ఆ బాధకి తట్టుకోలేక నేను తెల్లవారుఝామున ఒక పాడుబడ్డ బావిలో దూకి ఆత్మా హత్య చేసుకున్నాను.

కావున భగవంతుని విధి విధానం బట్టి ఆత్మా హత్య చేసుకోవడం పాపం కదా.

నా ఖర్మను బట్టి, నాకు పిశాచి జన్మ వచ్చింది.

కానీ పూర్వ జన్మలో వున్నా జ్ఞానం నశించలేదు.

నా సహజమైన సంస్కారాలు నా దగ్గరనే వున్నాయి.

నామీద నాయొక్కఆ విధి విధానం వల్ల డాక్టర్ గారి కామ పరమైన కోరికలన్నీ కూడా నేను భరించ వలసి వచ్చింది.

నాలో వున్నా విజ్ఞానమూ, సంస్కారమూ ఉన్నప్పటికీ కూడా ఈ డాక్టరుగారు కోరికలు నేను గ్రహించడంతోటి ఈ విషయంలో నేను యెంత ప్రయత్నం చేసినా నన్ను నేను నిగ్రహించుకోలేకపోతున్నాను.

ఈ పిశాచిలోకంలో ఓ మంత్రగాడు బాణావతి అనే ప్రయోగం చేసినపుడు అతని పంపిన స్పందనలకి ఆకర్షింపబడి నేను ఈ రకంగా నీ దగ్గరకు రావడం జరిగింది.

అని ఆవిడ ఈ కధంతా క్లియర్ గా చెప్పింది.

దానికి రవికాంత్ అన్నాడు, మరి దీనికి విరుగుడు ఏమన్నా ఉన్నదా, అని ప్రశ్నించాడు.

ఈ విధంగా రవికాంత్ కి తన కధంతా వివరించింది.

దీనికి ఏమైనా ముక్తి మార్గం ఉందా అనే ప్రశ్నకి ఆవిడ ఇలా సమాధానం ఇచ్చింది.

ఏవిధంగా మానవులు క్షణం క్షణం గా భయపడతారో అదే విధంగా మా పిశాచాలకి పిశాచి జన్మనుండి

విముక్తి కలిగేటప్పుడు చెప్పరానంత బాధగా ఉంటుంది.

అయినా నీవు ఈ ప్రశ్నలన్నీ ఎందుకు అడుగుతున్నావో, నీకు ఈ విషయాలన్నీ ఎందుకు చెపుతున్నానో కూడా నాకేమీ తెలియడంలేదు.

అర్ధం కావడంలేదు.

నీలో వున్నా సంస్కారాలన్నీ నేను మెచ్చుకుంటున్నాను కదా.

అందుకే నీకు అన్నివిషయాలు చెప్పుకుంటున్నట్టుగా అనిపిస్తుంది.

ఆ రోజు వాళ్లిద్దరూ మాత్రమే ఆ గదిలో వున్నారు.

రవికాంత్ అన్నగారు, మారి మిత్రులు బయటికి ఎక్కడికో వెళ్లారు.

మనము చాలా సేపు యేవో విషయాలు మాట్లాడుకున్నాము.

నానుంచి నీవు చాలా సమాచారం గ్రహించావు.

ఇక నా సంగతి కూడా చూడు అని చెప్పింది.

ఆవిడ హావభావాళ్ళనీ మారిపోయి ఆమె ఒక ప్రేమికురాలిగా మారిపోయింది.

కామంతో ఆవిడ శరీరం దహించుకుపోసాగింది.

ఇక నేను ఒక్క క్షణంకూడా భరించలేను.

నిగ్రహంగా ఉండలేను, అని చెప్పి అతనిని గాఢంగా కౌగలించుకొని బుగ్గలమీద గట్టిగా ముద్దుపెట్టుకుంది.

పిశాచాల అనుభూతులు, అనుభవాలు, చాలా పైస్థాయిలో

ఉంటాయి కాబట్టే రవికాంత్ ఆ ధాటికి తట్టుకోలేక పోయాడు.

అలాగే ముక్కుతూ మూలుగుతూ నిస్త్రాణగా పడిపోయాడు.

కొద్దీ సేపటిలో వారి అన్నగారు వచ్చి చూసేసరికి అతని చుట్టూ దుప్పటి గట్టిగా చుట్టబడి వుంది.

అతి బలవంతంగా ఆ దుప్పటి లాగి చూడగా అతని బుగ్గన్తా గాట్లతో నిండి ఆపస్మారకస్థితిలో తమ్ముడు రవికాత్ కనిపించాడు.

వెంటనే నీళ్లు కెచ్చి మొఖంమీద చల్లి సకల పరిచర్యలూ చేయగా మెల్లగా నీరసంగా తేరుకున్నాడు.

ఏమిట్రా యిదంతా అని అన్నగారు అడిగారు.

ఏముంది అన్నయ్యా, మీరంతా బయటికి వెళ్ళిపోయాక ఆవిడ వచ్చింది.

యిదంతా ఎప్పుడూ వచ్చే తంతేకదా.

కొత్తేముంది.

అనగా వాళ్లందరికీ ఏమి చేయాలో పాలుపోలేదు.

అప్పటికే మాంత్రికులను, తాంత్రికులను, యోగులను, సాధువులను, అందరినీ కలిసి ఎన్ని విధాలా ప్రయత్నాలు చేయాలో అన్ని విధాలా చేసి చూసారు.

బంధుమిత్రుల సలహాలనుకూడా తీసుకోవడం అయ్యింది.

ఏ ఒక్క ప్రయత్నంకూడా ఫలించలేదు.

ఏమి చేయాలో తెలియక దిక్కులేని స్థితిలో ఉండిపోయారు.

ఏమిటి భగవంతుడు సర్వ శక్తిమంతుడు కదా అని మనమంతా అనుకుంటాము కదా.

ఏమి చేయాలో తెలియక దిక్కులేని స్థితిలో ఉండిపోయారు.

ఏమిటి భగవంతుడు సర్వ శక్తిమంతుడు కదా అని మనమంతా అనుకుంటాము కదా.

అన్ని రకాలుగా అన్ని దేవతలకు పూజలు చేసాము.

వ్రతాలు చేసాము, తాయత్తులు కట్టించాము, మరి ఏమి చేసినా ఈ బాణావతి కామ పిశాచి ధాటికి తట్టుకోలేకుండా వున్నాము.

అని వారు చాలా బెంబేలు పడిపోయారు.

రవికాంత్ ఆరోగ్యంకూడా చాలామటుకు క్షీణించిపోయింది.

కానీ అతనిలో కొంత విజ్ఞానం పెరిగినట్టు తెలుస్తూ వుంది.

అక్కడ మోహిని కూడా ఇతని అవస్థకి చాలా బాధపడుతూనే వుంది.

నన్ను క్షమించు.

నేనుకూడా ఏమీ చేయలేకపోతున్నాను.

ఈ కామ వాసనాలని నేను తట్టుకోలేక మరి నేను మీ మీదకు నా శక్తిని ప్రయోగించ వలసివస్తుంది.

అని ఆవిడకూడ ఏడుస్తూ వున్నది.

చాలా అయోమయంగా వుంది.

పిసాలకి కూడా చాలా సానుభూతి ఉంటుందని వీరు రవికాంత్ ద్వారా విన్నాక చాలా ఆశ్చర్యపోయారు.

ఏంచేయాలో తెలియక దిక్కులేని పరిస్థితులలో ఉండగా వీళ్ళుం గదిలో రెండవ అంతస్తునుండి ఎవరో ఏంటో భక్తి భావంతో వారికి వినిపించింది.

ఇదేమిటే, యిన్ని రోజులు మనముంటున్నాము.

మరి మనము ఎప్పుడూకూడా గమనించలేదు.

ఎవరు ఈ భజనలు పడుతున్నారో అని అనుకోని వారు భజనలు చేస్తున్నవారింటికి వెళ్లారు.

అక్కడ ఐదు ఆరుగురు మాత్రమే కూర్చుని భజనలు చేస్తున్నారు.

ఆ గదిలో ఒక ఫొటోలో అవధూత లాంటి స్వామి ఫోటో పెట్టుకొని దానికి మాల వేసి ఏంటో భక్తి శ్రద్ధలతో వారు భజనలు చేస్తున్నారు.

వీళ్ళు కూడా వెళ్లి అక్కడ కూర్చున్న తరువాత ఏదో తెలియని ప్రశాంతత వారికి కలిగింది.

వాళ్ళు బాధపడుతున్న విషయాలు అన్నీ మరచిపోయి, వారు ఆ భజనలతో లీనమైపోయారు.

భజనలు పూర్తి అయినా తరువాత, ఆ ఫొటోలో వున్నా స్వామిజీ ని

తదేకంగా చూస్తుండగా, ఎవరు ఆ అద్భుతమైన వ్యక్తి ఎవరీ మహా పురుషుడు, మేము ఎప్పుడూ ఈ మహా పురుషుడిని చూడలేదు, అని వారు మనసులో అనుకుంటున్నారు

తీర్థ ప్రసాదాలు తీసుకున్నాక, ఈ ఫోటోలో వున్నా స్వామీ ఎవరు అని అడిగారు.ఈయన ఒక సిద్ధ పురుషుడు.

అప్పుడు రవికాంత్ అన్నగారు అడిగారు, మరి సిద్ధపురుషినికి యోగికి తేడా ఏమిటీ అని.

సిద్ధపురుషుడు అనగా అష్ట సిద్ధులు సాధించినవారు.

అయితే వారి శక్తులన్నీ, అవసరమైనప్పుడే ఉపయోగిస్తారు తప్ప అందరిని ఆకర్షించడానికి, వారు ఈ విద్యాలని ప్రదర్శించారు.

మా అందరికీ కూడా ఎన్నో అనుభవాలు జరిగాయి.

మేము ఈ మధ్యే యిక్కడికి వచ్చాము.

ప్రతీ గురువారం మేము ఈ భజనలు చేస్తూ ఉంటాము.

అప్పుడు రవికాంత్ అన్నగారు, తన తమ్ముడు సంగతి అంటా చెప్పి ఏమండీ స్వామీ గారికి పూజ చేసిన పూలు మాకివ్వగలరా?

అయ్యో తప్పకుండా యిస్తాము.

తీసుకు వెళ్ళండి.

అని చెప్పి బంతిపూల మాలని రవికాంత్కి యిచ్చారు.

అది కొన్ని పపూలతో మాత్రమే కొన్ని మాలలాగా కట్టబడి వుంది.

మిగితా పూవులా కోసం చూడగా మేము వెనక తులసి కోటాలో వేసాము మెల్లగా అవికూడా వారు గ్రహించి ఆరోజు వాళ్లలో వారు చర్చించుకుని రవికాంత్ మేడలో,

చేతులకి ఆ పూల దండాలని కట్టారు.

యధాప్రకారంగా వాళ్ళందరూ ఆరోజు నిద్రపోయాక, అర్ధరాత్రి రవికాంత్కి అకస్మాత్తుగా మెలుకువ వచ్చింది.

చూడగా ఆ కిటికీ దగ్గర మోహిని కనిపించింది.

ఆమె చాలా రౌద్రంగా వుంది

ఓహో నువ్వు నన్ను కవ్వించి, నాతో చక్కగా మాట్లాడి నా కథనంతా చెలుసుకున్నావు.

నిజంగా మీ మనుషులు నమ్మకద్రోహులు.

కొంచంకూడా మీకు విస్వాసమనేదే లేదు.

కృతజ్ఞత అనేది అసలే లేదు.

నిన్ను ఏంటో గాఢంగా ప్రేమించి నీ చుట్టూతా తిరుగుతున్నద్దువల్ల నన్ను చాలా తేలికగా చూస్తున్నావు.

అంటే ఏమిటే, మీ అన్నగారు ఆ మాలలలు నీ మేడలో వేసి అలంకరించిమాత్రాన నేను నిన్ను ఏమీ చేయలేనని అనుకుంటున్నావా?

ఇప్పటిదాకా, నిన్ను ఏమీ అనకుండా మంచిగా ప్రేమగా చూసుకున్నాను.

మ్నా అసలు తత్వాన్ని బయట పెడితే నేను నిన్ను ఒక్క క్షణంలో నాశనం చేయగలను.

చూడు నా శక్తి అని మోహిని అన్నది.

అప్పుడు బాగానే వున్నది.

ప్రతీ సారీ గదిలోకి వస్తుంటావుకదా.

మరి ఈ సారి నివ్వు గదిలోకి రాలేక పోతున్నావు.

అని రవికాంత్ మోహినిని ప్రశ్నించాడు.

అవును నిజమే.

నీవు చెప్పినదాంట్లో కొంత వాస్తవం వుంది.

మరి ఇంతకాలం ఈ పూలతో ఏ మహాను భావుడిని పూజించారో ఆటను సాక్షాత్తు ఒక సిద్ధ పురుషుడు.

కాబట్టి నేను నీ దగ్గరకి రాలేక పోతున్నాను

ఈ పూలకి చాలా ప్రభావం వుంది.

ఆ స్వామీ వారు ఈ పూలతో ఎంతో శ్రద్ధా భక్తిపూలతో పూజించి ఉన్నందువల్ల, దీనికి ఏంటో చాలా శక్తి ఉంటుంది.

అందుకనే నేను రాలేక పోతున్నాను.

అయినా నా దగ్గర ఎన్నో ఉపాయాలు వున్నాయి, చూడు నేను ఏంచేస్తానో.

అని చెప్పి తాను తన చేతిని గాలిలో కదిలించగా అకస్మాత్తుగా రవికాంత్

తనకు తెలియకుండానే తన మేడలో వున్నా పూలదండానూ, చేతికి వున్నా పూల దండనూ, తీసేసి బయిటికి తీసేసాడు.

అప్పుడు ఆవిడ ధైర్యంగా లోపలి వచ్చింది

మంచం మీద కూర్చుంది.

చూడు నువ్వు యిప్పుడు ఆసక్తుడవై.

యిప్పుడు ఆ మహిమ చూపించే పూలు లేనే లేవు.

యిప్పుడు తలచుకుంటే నేనేమైనా చేయగలను.

ఒక్క క్షణంలో నీ జీవితాన్ని నేను అంతం చేయగలను.

కానీ నీవంటే నాకెందుకో జాలి, ప్రేమ సానుభూతి వున్నాయి.

ఎందుకు నన్ను యింట అన్యాయం చేస్తున్నావు.

నేను నిన్ను యెంత ప్రేమించాను, నేను నిన్ను యెంత గాఢంగా విశ్వసించాను.

ఎందుకు నా ప్రేమని నీవు తిరస్కరిస్తున్నావు.

నీవు తిరస్కరిస్తున్న కొద్దీ నాకు నీ మీద యింకా యింకా పట్టుదలగా వుంది.

ఎట్టి పారిస్తుతులలో కూడా నేను మాత్రం నిన్ను వదిలి పెట్టేది లేదు.

ఇకనుంచి ఈ దుర్మార్గపు ఆలోచనలు మాని వేయి.

మీ అన్నగారికి, వాళ్లందరికీ చెప్పు., వాళ్ళు నన్ను ఏమీ చేయలేరని.

నీవు చూసావు కదా నా శక్తిని.

నా శక్తితో ఆ మహిమగల పూలని నీచేతే అవతల దూరంగా విసిరి వేయించి గలను.

నీవు ఏమి చేయగలవు.

ఇప్పుడు నీవు ఆసక్తుడవై కాబట్టి నేను నీ మీద ఏమీ బలప్రయోగం చేయదలచు కోలేదు

కొంత సమయం యిస్తున్నాను.

నీవు ఆలోచించు.

నీకు నేను ఎంతగా టైం యిస్తున్నానో చూడు.

నేను నిన్ను ఎంతగా ప్రేమిస్తున్నానంటే ఏ మానవ కన్య కూడా అంట త్రికరణ శుద్ధిగా నిన్ను ప్రేమించాడు.

ఆలోచించుకో నేను మళ్ళీ వస్తాను.

ఈ సారి కనుక ఇలాంటి దుర్మార్గపు ఆలోచనలను చేస్తే నేను మాత్రం వూరుకునేదిలేదు, జాగ్రత్త. ఆవిడ కోపంగా అక్కడనుంచి వెళ్ళిపోయింది.

రవికాంత్ దిగ్భ్రాంతి పడిపోయాడు.

==========

ఒక్కసారి - మోహిని కథ పార్ట్ 7

ఇది నిజంగా జరిగిన కథ.

ఆరోజుల్లో అంటే నైజాం నవాబులు పరిపాలించిన రోజుల్లో వాళ్ళ రాజ్యంలో యదార్థంగా జరిగిన సంఘటన.

యదా విధిగా వాళ్ళందరిని లేపి జరిగినదంతా అందరికీ చెప్పాడు.

ఇదేమిటి మేమెంత ప్రయ్నటించినా ఆవిడ వచ్చే సమయానికి బాగా నిద్ర పడుతుంది.

ఆవిడ రావడం, మీరిద్దరూ గంటలు గంటలు మాట్లాడుకోవడం మేము ఒక్క రోజైనా స్వయంగా మా కళ్ళతో మేము చూడలేదు.

అమ్మ బాబోయ్, ఆ కామ పిశాచికి చాలా శక్తి ఉన్నటుంది.

హాయ్ భగవంతుడా, యిప్పుడు ఏమిటి మార్గం.

ఏమి చేయాలి యిప్పుడు, అని వాళ్లంతా ఆలోచిస్తూ కూర్చున్నారు.

తరువాత కొంత సేపట్లో వాళ్లకి ఒక ఆలోచన వచ్చింది.

వాళ్లంతా పూజలు చేశారు.

పూజలు చేసినా పూలని నీళ్లలో ముంచి, ఆ నీటిని ఆఖరి ప్రయత్నంగా రవికాంత్ తో తాగించారు.

వారికి తెలిసినా సిద్ధ పురుషుడిని ప్రార్థించారు.

ఆ సిద్ధ పురుషుడే సర్వ మంత్రం తంత్రాలకే మూల పురుషుడు అని చెప్పుకుంటారు.

కాబట్టీ మీరే, కరుణించి మా తమ్ముడిని ఆ కామ పిశాచి బారి

నుండి కాపాడాలి అని ప్రార్థించి ఎవరి యింటికి వారు వెళ్లి పోయారు.

ఈ రోజు అర్ధరాత్రి సమయం అందరూ నిద్రుస్తుండగా ఆ కామ పిశాచి వచ్చినట్లుగా రవికాంత్ కి తెలిసిపోయింది.

దుప్పటి తొలగించి ఆ కిటికీలోనించి చూస్తూ కూర్చున్నాడు.

మొట్టమొదటి సారిగా రవికాంత్ కి ఆశ్చర్యం వేసింది.

మొట్ట మొదటి సారిగా ఆవిడ ముఖంలో భయాందోళనలు కనిపించాయి.

అప్పుడు, రవికాంత్ ఆవిడని ఎందుకు ఈ సారి నువ్వంటా భయంగా వున్నావు, అని ప్రశ్నించాడు.

అప్పుడు ఆమె దుర్మార్గుడా, యెంత మోసం చేసావు.

నీకు యింట దుర్మార్గపు ఆలోచనలు ఉన్నాయని నాకు తెలియదు.

అయినా మీ మనుషులను నమ్మడం నాదే తప్పు అని ఆ మోహిని అన్నది.

ఈ సారి నీవు ఎందుకు అంత భయపడుతున్నావు.

నీవు సర్వ శక్తి వంతురాలివి కదా.

మేము ఎన్నో దేవతలని పూజించాము.

ఎన్నో తాయత్తులని తెప్పించాము.

నువ్వు ఎప్పుడు ఎవరికి భయపడలేదు, అని రవికాంత్ అనగా, మోహిని అన్నది యిలా, యోగులు, సన్యాసులు అందరికంటే సిద్ధపురుషులు అనేవారు శక్తి మంతులు.

యిప్పుడు, సిద్ధపురుషులు అనేవారు దత్తాత్రేయ స్వరూపులు.

ప్రతీ మహాత్ములకు వారి శక్తి స్వరూపాలు దుష్ట శక్తులని దారికి రాకుండా కాపాడుతుంటాయి.

అయితే, అపరిమితమైన వలయాకార శక్తులు సిద్ధపురుషులు అనే వారికే ఉంటాయి.

సిద్ధ పురుషులు అంటే సాక్షాత్తు ఆత్మతో సాయిద్యం పొందినవారు.

భగవంతుని స్వరూపాలు.

నీ చుట్టూరా ఒక బ్రహ్మాన్డమైన వాలయాకారం కనిపిస్తోంది.

నేను నీ దగ్గరకి రాలేకపోతున్నాను.

అంతో ప్రయత్నించినా ఒక అడుగు ముందుకి రాదు.

నా వొళ్ళు బాగా బాగా మండిపోనంటుంది.

అణుడికే నేను నీ దగ్గరకి రాలేకపోతున్నాను.

నేను నిన్ను వదిలి వెళ్లాలంటే, నీ యింటి నైరుతి వైపున గొయ్యి తవ్వితే అందులో ఒక బొమ్మకి మేకులు గుచ్చి నిమ్మకాయలు ఉంటాయి.

మేకులు తీసి ఆ నిమ్మకాయలన్నీ, తీసి, ఒక బట్టలో మూట కట్టి ప్రవహించే నీటిలో కానీ, నదిలో కానీ పడేశాయి.

అప్పుడే, నేను నిన్ను వదిలి వెళ్ళగలను, అని మోహిని చెప్పింది.

మరునాడు, అందరూ పెద్దలో కలిసి, నైరుతీ భాగంలో వున్నా ఆ మంత్రం వస్తువులన్నిటిని తీసుకొని వెళ్లి నీళ్లలో కలిపేశారు.

మరుసటినాటి నుంచి ఆ పిశాచి రాలేదు.

అందు వలన సిద్ధపురుషుల శక్తి వలయా కారంలో కొన్ని మైళ్ళ వరకు ఉంటుంది. రవికాంతు,

వారు అన్నగారు అందరూ వున్నారు.

=====

ఒక్కసారి - మోహిని కథ

JAI HIND

www.ingramcontent.com/pod-product-compliance
Lightning Source LLC
LaVergne TN
LVHW042111210825
819277LV00034B/232